瑞蘭國際

QR
Code
版

Vietnamese Language

大家的越南語

初級1

國立臺灣大學越南語講師

Nguyễn Thị Liên Hương 阮蓮香 著

Lời tựa
作者序

在台灣，學習越南語的需求日增，有越來越多的各界人士急欲學習越南語並瞭解越南傳統文化。《大家的越南語》這套叢書，正是在此需求背景下編纂出版。因此，這套叢書將本著重視「聽、說、讀、寫」學習四技能，圍繞「食、衣、住、行、育、樂」生活六範疇為主旨，務求教材內容符合「簡單易自學、輕鬆易溝通、日常易實習」的需求，期使讀者能在短期之內開口說出標準越南語並初步瞭解越南文化。

筆者將這套叢書分為「初級 1、初級 2、中級、高級」四冊，每一冊將包含 12 個課程，除力求內容能符合越南語能力檢定機構對越南語能力考試的程度與測驗題規範，並希望能加深讀者對越南語語音準確度的掌握力。

在首先出版的《大家的越南語 初級 1》這冊書中，主要規畫兩大內容：

第一部分：計有五課，集中介紹越南語語音。這部分旨在幫助學習者認識越南語的 29 個字母、6 個聲調，以及拼音的方式。在學習發音部分後，讀者將可以相對正確地閱讀各類越南語資料。

第二部分：計有七課，以實用越南語會話為中心，並將每一課程的主要內容區分為五大範疇：

    1. 會話：符合課程主題的實用生活會話例句。

    2. 詞彙：彙整會話內容中出現的新詞彙。

    3. 文法解釋：對相關句法、文法做出釋義並提示表達情境。

    4. 練習：按已學習的範例和詞彙進行練習。

    5. 成語、俗語、歌謠：介紹與主題相關的常用越南語成語、俗語，或者歌謠，藉以認識越南文化與民情。

    6. 認識越南文化：適時介紹越南相關的文化風情，讓越南語更容易親近。

希望透過這樣的課文安排，協助讀者深入掌握越南語發音的準確度，並擴充相關字彙能量，有效精煉「聽、說、讀、寫」學習四技能。

　　每一課程各範疇的編排順序如同上述，但教師使用時也可按 2-3-1-4-5 的順序施教。

　　本書隨附 QR Code，QR Code 中的 MP3 語音檔主要以河內音為主，因為其被視為越南語官方語言的標準語音。

　　筆者曾在越南有十年以上的研究資歷，也已在臺灣大學、政治大學、輔仁大學、外貿協會、警察專科學校等臺灣各大專院校進行越南語與文化講授超過十餘年。此外，更是教育部、國教院等中央機關有關越南語教材編輯委員會之委員，已經針對越南國內初級越語教材進行過仔細研究與參考比對，例如 Nguyễn Việt Hương、Vũ Văn Thi、Nguyễn Văn Huệ……等老師的教材。而協助筆者進行相關編纂作業的吳志偉先生，是第一位在越南河內國家大學拿到越南文學碩士文憑的臺灣人，精通臺灣與越南兩國間語言文化異同。

　　希望本書能幫助所有懂華語的學習者有系統、有條理地快速學會越南語。雖然在編寫過程中已力求完善，但是一定也可能存在一些疏失，因此，希望各位讀者與同業不吝指教。真誠感謝～ Xin chân thành cảm ơn!

學習越南語的優勢

語言是通往世界的鑰匙，在全球化競爭環境下，認識任何新的語言將是臺灣未來與國際接軌的競爭優勢。

越南，是臺灣的鄰國，風俗文化相近、早期受到漢文化影響，信奉儒家，重視孝道，也善用成語。瞭解越南語，深入越南文化，亦能藉此瞭解臺灣自身。

根據相關統計，目前臺灣的越僑人口逐日攀升，越僑及其子女可稱為臺灣的第五大族群。就經濟貿易而言，近年來遠赴越南投資的臺商俱增，投資金額近十年來都名列前矛。

學習越南語是有其必要的！請大家把握越南語學習潮！

學習越南語，探索東方文化特色，追尋與臺灣和客家的共同文化淵源。

學習越南語，能瞭解與結交「越」多好朋友，共同追求新的臺灣族群融合大文化。

學習越南語，旅遊、研究、投資無障礙。

學習越南語，展現出你的超「越」能力！

越南語簡介

　　越南語是越南人平常交際使用的語言，也是越南民族主要的語言。越（Việt）族也稱京（Kinh）族，是越南 54 民族當中最大的一族，占越南全國人口的 86%。

　　越南語主要有三大方言區：以河內（Hà nội）為中心的北部方言區，以順化（Huế）為中心的中部方言區，和以西貢（Sài gòn）為中心的南部方言區。而西貢，就是現在的胡志明市（TP Hồ Chí Minh）。其中，河內的方言為國家明定的標準國語以及正式語言。三個方言區的文字是統一的，但各方言區的用語則有些許音調與習慣詞的差別，但基本上可以互通。

　　越南語屬於單音節語系（與漢語一樣），一音、二音或三音組成一個詞，幾個詞組成一個句。要將越南語完整地念出一個詞或一整句，首先一定要先會標準地發出每一個音（字母）。越南語的名詞、代名詞、動詞、形容詞等，均與漢語一樣無型態變化。

　　越南語屬古百越地區的語言，是亞洲大陸南方語系之一。在長期的歷史發展過程中，其曾與北方漢民族和南方占婆族有過不同程度的文化和語言互動融合，並在這二語系的影響下，逐漸形成現在獨特的越南語體系。另外，在文字使用上，越南舊時期的封建王朝，因受漢族的督護，因此以漢字為官方文字，但是亦自行以漢字為基礎創造出「喃」字（喃，是口與南的結合，其代表意義就是南方的口音）。

　　到了 17 世紀，歐洲的傳教士到越南後，他們用拉丁文字記錄並表現越南語，經過一段時期的演變，這類文字便成為現在所謂國語的前身。在這些傳教士中，對現代越南文字特別有功勞的就是 Alexandre de Rhodes，他是一位法國傳教士，對推廣學習此種越南文有很大的貢獻。剛開始的時候，此種越南文僅使用在傳教，但在法國人對越南實施殖民後，越南國語就被正式地大量推廣。而在 1945 年越南民主共和國成立後，「國語字」才獲得國家正式文字的地位。

越南領土地圖

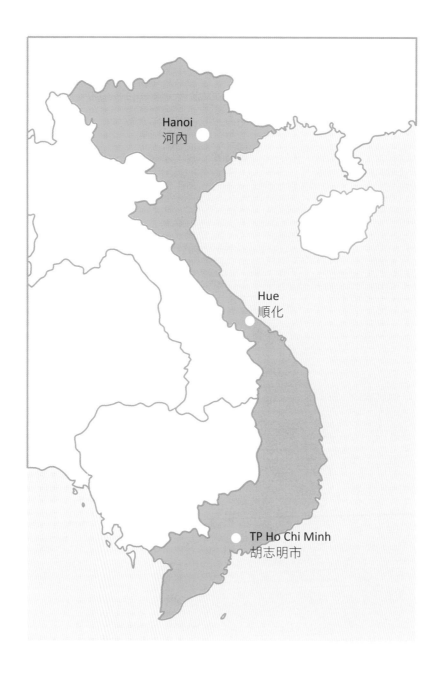

Hanoi
河內

Hue
順化

TP Ho Chi Minh
胡志明市

東南亞地圖

如何使用本書

《大家的越南語　初級1》主要分為兩大部分，一至五課學習越南語字母與語音系統；六至十二課藉由情境會話，學習越南語基本會話、詞彙、文法、以及越南俗語歌謠。

PART 1　發音　第一課～第五課

本書從發音開始，循序漸進，並表格式整理拼音方式，只要反覆拼讀音節，就能說出標準越南口音。在認識越南語字母、元音和輔音、聲調、音節等基本規範後，還可搭配 MP3 音檔，充分練習拼讀越南語標準發音。

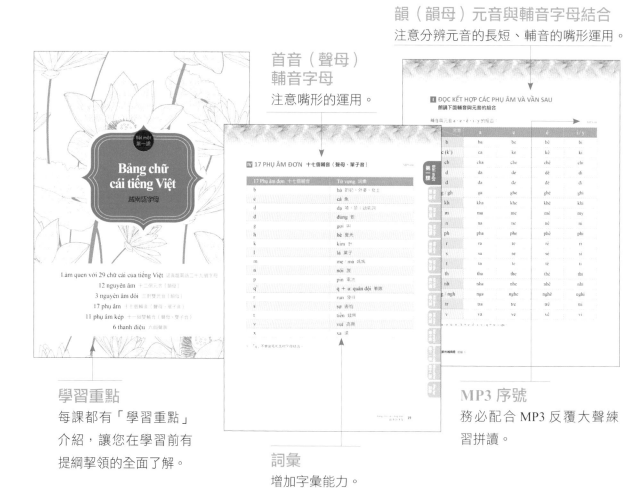

韻（韻母）元音與輔音字母結合
注意分辨元音的長短、輔音的嘴形運用。

首音（聲母）輔音字母
注意嘴形的運用。

學習重點
每課都有「學習重點」介紹，讓您在學習前有提綱挈領的全面了解。

詞彙
增加字彙能力。

MP3 序號
務必配合 MP3 反覆大聲練習拼讀。

PART 2 正課　第六課～第十二課

在學習發音之後，進入正式課程。正課以「食、衣、住、行、育、樂」生活六大範疇，訓練讀者越南語聽、說、讀、寫的能力。內容包含打招呼、問候、國籍與語言、職業、數字、時間、家庭等，即使完全沒有基礎的學習者，也可以從會話、詞彙、詳細的文法解釋、例句中，由淺入深，有系統性地學會越南語。

生活會話
透過情境安排，學習實用生活會話。

詞彙
列舉會話中的生字，加強記憶。

文法解釋
解釋越南語基本文法與句型，建立正確的文法觀念。

練習
反覆練習，
精熟運用。

成語、俗語、歌謠 / 認識越南文化
透過精選內容，認識道地的越南文化，練習唱歌學成語。

附錄

　　表格整理「越南語輸入法表」以及「南北越尾音發音比較表」，不但可當作學習輔助，也能當作重點複習。此外，並附上全書所有練習的解答，讓學習者可以精確掌握自己的學習效果。而「各課單字索引」的統整，讓學習者好複習好查詢，將重點詞彙牢牢記住，奠定詞彙量的基礎。

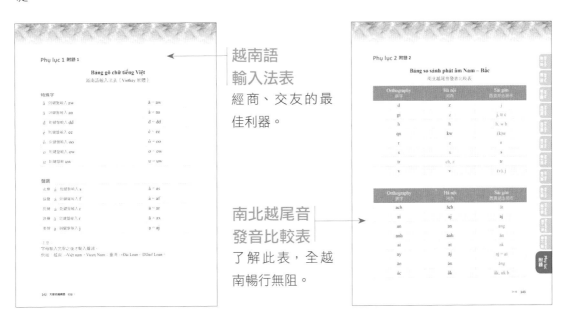

越南語輸入法表
經商、交友的最佳利器。

南北越尾音發音比較表
了解此表，全越南暢行無阻。

練習題解答
掌握學習成效。

各課單字索引
依每課單字出現順序排列，可溫故知新。

目次

附錄

Bảng chữ cái tiếng Việt

越南語字母

Làm quen với 29 chữ cái của tiếng Việt　認識越南語二十九個字母

12 nguyên âm　十二個元音（韻母）

3 nguyên âm đôi　三對雙元音（韻母）

17 phụ âm　十七個輔音（聲母、單子音）

11 phụ âm kép　十一個雙輔音（聲母、雙子音）

6 thanh điệu　六個聲調

I TIẾNG VIỆT CÓ 29 CHỮ CÁI 越南語共有二十九個字母

Chữ hoa 大寫 [1]	Chữ thường 小寫	Phiên âm quốc tế 國際音標	Giải thích cách phát âm 發音說明
A	a	[a]	類似注音「ㄚ」
Ă	ă	[ɐ14]	類似注音「ㄚ」的二聲，音較 A 短
Â	â	[ə]	類似注音「ㄜ」
B	b	[bə]	類似注音「ㄅ」，發音前， 雙唇要先閉起來
C	c	[kə]	類似注音「ㄍ」， 發音時不送出氣流
D	d	[zə]	類似英文「z」，舌頭要頂住上顎
Đ	đ	[də]	類似英文「d」， 舌頭要頂住上顎，不送氣，濁音
E	e	[e]	類似注音「ㄟ」，但嘴較張開
Ê	ê	[ɛ]	類似注音「ㄝ」，但嘴較閉合
G	g	[ɣə]	類似注音「ㄍ」，屬於有聲的「擦 濁音」，像發抖之音
H	h	[hə]	類似注音「ㄏ」， 要從喉嚨送出無摩擦聲的氣流
I [2]	i	[i]	類似注音「一」，短音
K	k	[ka]	類似注音「ㄍㄚ」
L	l	[lə]	類似注音「ㄌ」，有點捲舌音

1. 大寫用在「姓名」、「專有名詞」、「句頭」。

2. 「I」和「Y」同音，但結合的字是不同的。

M	m	[mə]	類似注音「ㄇ」，發音前，雙唇要先閉起來，氣流由鼻孔出去
N	n	[nə]	類似注音「ㄋ」，舌頭要頂住上齒齦，氣流由鼻孔出去
O	o	[ɔ]	類似注音「ㄛ」，嘴巴要大而圓，舌頭稍往後縮
Ô	ô	[o]	類似注音「ㄡ」，嘴巴較小，嘴唇嘟住往前
Ơ	ơ	[ɤ]	類似注音「ㄜ」，舌根要略升，音較「â」長
P	p	[pə]	類似注音「ㄅ」，除「外來語」外，其餘不置於字首
Q	q	[ku]	類似注音「ㄍ」，通常要與「u」組合成「qu」使用
R	r	[rə]	類似注音「ㄖ」，要捲舌
S	s	[ʂə]	類似注音「ㄕ」，要捲舌
T	t	[tə]	類似注音「ㄉ」，舌頭要頂住上顎，不送氣，清音
U	u	[u]	類似注音「ㄨ」，嘴巴接近閉合，嘴唇略嘟往前
Ư	ư	[ɯ]	屬於「展唇後母音」，唇角要盡量向外張開，發出注音的「ㄨ」音（類似發國語「資」的嘴形）
V	v	[və]	類似英文「V」，上齒要碰下唇
X	x	[sə]	類似注音「ㄙ」
Y[3]	y	[i]	類似注音「一」，同音 i

3. 「Y」和「I」同音，但結合的字是不同的。

Bài một
第一課

Bài hai
第二課

Bài ba
第三課

Bài bốn
第四課

Bài năm
第五課

Bài sáu
第六課

Bài bảy
第七課

Bài tám
第八課

Bài chín
第九課

Bài mười
第十課

Bài mười một
第十一課

Bài mười hai
第十二課

Phụ lục
附錄

Ⅱ 12 NGUYÊN ÂM 十二個元音（韻母）

12 Nguyên âm 十二個元音	Từ vựng 詞彙
a	anh 兄、先生
ă	ăn 吃
â	ấm 溫暖
e	em 妹妹、弟弟
ê	đêm 夜晚
i	in 印
o	ong 蜜蜂
ô	không 不、零、嗎
ơ	ơi 呀，啊；語氣詞、答應語
u	uống 喝
ư	ướt 濕
y	yêu 愛

Ⅲ 3 NGUYÊN ÂM ĐÔI 三對雙元音（韻母）

Nguyên âm đôi 雙元音	Phiên âm quốc tế 國際音標	Cách phát âm 發音説明	Từ vựng 詞彙
ia / ya[4]	[ie]	ㄧㆤ，沒尾音時	bia 啤酒
iê / yê		ㄧㆤ，有尾音時	biên 邊
ua	[uo]	ㄨㆦ，沒尾音時	cua 螃蟹
uô		ㄨㆦ，有尾音時	cuối 終
ưa	[ɰɤ]	ㄨㄜ，沒尾音時	cửa 門
ươ		ㄨㄜ，有尾音時	cưới 娶

4. 前有 U 音時為 ya、yê。

Bài một
第一課

Bài hai
第二課

Bài ba
第三課

Bài bốn
第四課

Bài năm
第五課

Bài sáu
第六課

Bài bảy
第七課

Bài tám
第八課

Bài chín
第九課

Bài mười
第十課

Bài mười một
第十一課

Bài mười hai
第十二課

Phụ lục
附錄

17 Phụ âm đơn 十七個輔音	Từ vựng 詞彙
b	bà 奶奶、外婆、女士
c	cá 魚
d	dạ 喳、是；語氣詞
đ	đúng 對
g	gọi 叫
h	hè 夏天
k	kim 針
l	lá 葉子
m	mẹ / má 媽媽
n	nói 説
p	pin 電池
q[5]	q + u: quân đội 軍隊
r	run 發抖
s	sợ 害怕
t	tiền 錢幣
v	vui 高興
x	xa 遠

5.　「q」不會單獨和其他字母結合。

Phụ âm kép 雙輔音	Phiên âm quốc tế 國際音標	Cách phát âm 發音說明	Từ vựng 詞彙
ch	[tʃ]	ㄗ	cho 給
gh[6]	[ɣə]	ㄍ（濁音）	ghế 椅子
kh	[xə] [kʰə]	ㄏ或ㄎ	không 不、零、嗎
nh	[ɲə]	ㄋㄧ	nhà 家
ph	[fə]	ㄈ	phở 河粉
th	[tʰə]	ㄊ	thư 書信
ng	[ŋə]	ㄫ	ngã 跌倒
ngh[7]	[ŋə]	ㄫ	nghe 聽
gi	[ʒə]	Z（濁音）	gió 風
tr	[tʐə]	ㄓ	trời 天
qu	[kwə]	ㄍㄨ	quen 認識

6. 「gh」和「g」同音，但「gh」僅與母音「e」、「ê」、「i」結合，「g」則與母音「a」、「ă」、「â」、「o」、「ô」、「ơ」、「u」、「ư」結合。

7. 「ngh」和「ng」同音，但「ngh」僅與母音「e」、「ê」、「i」結合，「ng」則與母音「a」、「ă」、「â」、「o」、「ô」、「ơ」、「u」、「ư」結合。

VI 8 PHỤ ÂM CUỐI 八個韻尾

8 Phụ âm cuối 八個韻尾	Cách phát âm 發音說明	Ví dụ 例如
p	合口	ap
m	合口	am
c	開口（除了「o」、「ô」、「u」結合）	ac
n	開口	an
nh	舌頭踢前牙	anh
ch	舌頭踢前牙	ach
ng	開口（除了「o」、「ô」、「u」結合）	ang
t	舌頭踢前牙	at

Bài một 第一課

Bài hai 第二課
Bài ba 第三課
Bài bốn 第四課
Bài năm 第五課
Bài sáu 第六課
Bài bảy 第七課
Bài tám 第八課
Bài chín 第九課
Bài mười 第十課
Bài mười một 第十一課
Bài mười hai 第十二課
Phụ lục 附錄

（一）越南語有六個聲調，分別如下：

Dấu 聲調	Tên tiếng Việt 越南語名	Ví dụ 例字	Giải thích về thanh điệu 説明	Tên thanh điệu trong tiếng Hoa 譯名
	Thanh ngang[8] (bằng)	ma	相當國語第一聲，無升降變化，音域較高	平聲（陰平）
`	Thanh huyền[9]	mà	相當國語第四聲，但較輕且緩降拉長，音域較低	玄聲（陽平）
´	Thanh sắc[10]	má	相當國語第二聲，向上高升調	鋭聲（陰去、陰入）
'	Thanh hỏi[11]	mả	相當國語第三聲，自低而上再轉回原調	問聲（陰上）
~	Thanh ngã	mã	從低往高升降起伏，帶點閉塞喉音	跌聲（陽上）
.	Thanh nặng[12]	mạ	相當國語第四聲，但較重且急停頓，音域低	重聲（陽去、陽入）

注意：聲調符號位置要標示在母音的上面。若為多母音，聲調符號就在最後的多母音上面。

8. 相當中文的第一聲。
9. 相當中文的第四聲，但發音比較長、比較輕。
10. 相當中文第二聲。
11. 相當中文第三聲。
12. 相當中文第四聲，不過發音比四聲重一點。

（二）聲調圖

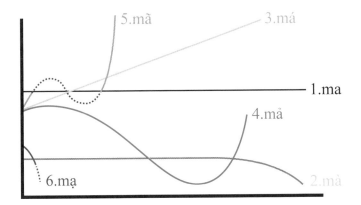

5.mã　　3.má

1.ma

4.mả

6.mạ　　2.mà

Ⅷ ÂM TIẾT　音節

（一）音節的組成

越南語音節由「首音」（Âm đầu，即「聲母」）、「韻」（Vần，即「韻母」），再加上「聲調」三部分組合而成。

Thanh điệu 聲調			
	Vần 韻（母）		
「首音」（Âm đầu）：通常為「輔音字母」或是「沒有任何音」	「墊音」（Âm đệm）：通常只有字母「u／o」，或是「沒有任何音」	「正音」（Âm chính）：元音字母	「尾音」（Âm cuối）：通常為「輔音字母」及「u／o」、「i／y」，或是「沒有任何音」
類似注音的「聲母」（符號ㄅ到ㄙ）	類似注音的「介母」（符號ㄧ、ㄨ、ㄩ）	類似注音的「韻母」（符號ㄚ至ㄦ）	

（二）分辨音節成分

Âm tiết 音節	Âm đầu 首音	Âm đệm 墊音	Âm chính 正音	Âm cuối 尾音
ạ			a	
ao			a	o
to	t		o	
nam	n		a	m
oa		o	a	
oán		o	a	n
mai	m		a	i
địa	đ		ia	
toàn	t	o	a	n
nguyên	ng	u	yê	n

Ghép vần 1

拼音 1

Luyện tập kết hợp các phụ âm và nguyên âm 練習輔音與元音的組合

Sự khác biệt giữa âm cuối m và n 練習尾音 m 與 n 的差別

Sự khác biệt giữa âm cuối n, ng và nh 練習尾音 n、ng、nh 的差別

Sự khác biệt giữa các vần cuối ai, ay, ao, au 練習韻尾 ai、ay、ao、au 的差別

I ĐỌC KẾT HỢP CÁC PHỤ ÂM VÀ VẦN SAU
朗誦下面輔音與元音的組合

輔音與元音 a、e、ê、i / y 的組合：

MP3-08

輔音 \ 元音	a	e	ê	i / y
b	ba	be	bê	bi
c (k[1])	ca	ke	kê	ki
ch	cha	che	chê	chi
d	da	de	dê	di
đ	đa	đe	đê	đi
g / gh	ga	ghe	ghê	ghi
kh	kha	khe	khê	khi
m	ma	me	mê	my
n	na	ne	nê	ni
ph	pha	phe	phê	phi
r	ra	re	rê	ri
s	sa	se	sê	si
t	ta	te	tê	ti
th	tha	the	thê	thi
nh	nha	nhe	nhê	nhi
ng / ngh	nga	nghe	nghê	nghi
tr	tra	tre	trê	tri
v	va	ve	vê	vi

1. c＋a / o / u / ư；k＋e / ê / i / y；q＋u＝qu。

Ⅱ ĐỌC KẾT HỢP CÁC PHỤ ÂM VÀ VẦN SAU

朗誦下面輔音與元音的組合

輔音與元音 o、ô、ơ、u、ư 的組合：

輔音＼元音	o	ô	ơ	u	ư
b	bo	bô	bơ	bu	bư
c (k^2)	co	cô	cơ	cu	cư
ch	cho	chô	chơ	chu	chư
d / gi	do	dô	dơ	du	dư
đ	đo	đô	đơ	đu	đư
g	go	gô	gơ	gu	gư
kh	kho	khô	khơ	khu	khư
m	mo	mô	mơ	mu	mư
n	no	nô	nơ	nu	nư
ph	pho	phô	phơ	phu	phư
r	ro	rô	rơ	ru	rư
s	so	sô	sơ	su	sư
t	to	tô	tơ	tu	tư
th	tho	thô	thơ	thu	thư
nh	nho	nhô	nhơ	nhu	như
ng	ngo	ngô	ngơ	ngu	ngư
tr	tro	trô	trơ	tru	trư
v	vo	vô	vơ	vu	vư

2. c＋a / o / u / ư；k＋e / ê / i / y；q＋u ＝ qu。

Ⅲ ĐỌC KẾT HỢP CÁC PHỤ ÂM VÀ VẦN SAU
朗誦下面輔音與韻母的組合

輔音與韻母 am、ăm、âm 結合的發音差別：

MP3-10

輔音＼韻母	am	ăm	âm
b	bam	băm	bâm
d	dam	dăm	dâm
đ	đam	đăm	đâm
l	lam	lăm	lâm
m	mam	măm	mâm
n	nam	năm	nâm

詞彙發音：Việt Nam 越南

　　　　　đăm đăm 凝注

　　　　　lâm râm 霖霖（下雨的聲音）

輔音與韻母 an、ăn、ân 結合的發音差別：

MP3-11

輔音＼韻母	an	ăn	ân
b	ban	băn	bân
d	dan	dăn	dân
đ	đan	đăn	đân
l	lan	lăn	lân
m	man	măn	mân
n	nan	năn	nân

詞彙發音：an bình 平安

　　　　　ăn năn 悔恨

　　　　　lận đận 潦倒

IV ĐỌC KẾT HỢP CÁC PHỤ ÂM VÀ VẦN SAU
朗誦下面輔音與韻母的組合

輔音與韻母 om、ôm、ơm 結合的發音差別： MP3-12

輔音 \ 韻母	om	ôm	ơm
b	bom	bôm	bơm
c	com	côm	cơm
ch	chom	chôm	chơm
g	gom	gôm	gơm
h	hom	hôm	hơm
kh	khom	khôm	khơm

詞彙發音：lom khom 傴僂

　　　　　hôm nay 今天

　　　　　cơm ngon 飯好吃

輔音與韻母 on、ôn、ơn 結合的發音差別： MP3-13

輔音 \ 韻母	on	ôn	ơn
b	bon	bôn	bơn
c	con	côn	cơn
ch	chon	chôn	chơn
g	gon	gôn	gơn
h	hon	hôn	hơn
kh	khon	khôn	khơn

詞彙發音：bon chen 競爭（用於負面時）

　　　　　bồn chồn 忐忑不安

　　　　　hớn hở 歡愉

V ĐỌC KẾT HỢP CÁC PHỤ ÂM VÀ VẦN SAU
朗誦下面輔音與韻母的組合

輔音與韻母 em、êm 結合的發音差別： MP3-14

輔音 ＼ 韻母	em	êm
k	kem	kêm
ch	chem	chêm
d	dem	dêm
đ	đem	đêm
gh	ghem	ghêm
h	hem	hêm

詞彙發音：em gái　妹妹

　　　　　đêm đêm　夜夜

輔音與韻母 en、ên 結合的發音差別： MP3-15

輔音 ＼ 韻母	en	ên
k	ken	kên
ch	chen	chên
d	den	dên
đ	đen	đên
gh	ghen	ghên
h	hen	hên

詞彙發音：ho hen　咳嗽

　　　　　kền kền　禿鷲

VI ĐỌC KẾT HỢP CÁC PHỤ ÂM VÀ VẦN SAU
朗誦下面輔音與韻母的組合

輔音與韻母 um、ưm 結合的發音差別：　　　　　　　　　　　　　MP3-16

輔音＼韻母	um	ưm
h	hum	hưm
kh	khum	khưm
b	bum	bưm
v	vum	vưm
ph	phum	phưm
s	sum	sưm

詞彙發音：sum họp　團聚
　　　　　hừm　哼

輔音與韻母 un、ưn 結合的發音差別：　　　　　　　　　　　　　MP3-17

輔音＼韻母	un	ưn
h	hun	hưn
kh	khun	khưn
b	bun	bưn
v	vun	vưn
ph	phun	phưn
s	sun	sưn

詞彙發音：mưa phùn　濛濛細雨
　　　　　run run　發抖

第一課 Bài một
第三課 Bài ba
第四課 Bài bốn
第五課 Bài năm
第六課 Bài sáu
第七課 Bài bảy
第八課 Bài tám
第九課 Bài chín
第十課 Bài mười
第十一課 Bài mười một
第十二課 Bài mười hai
附錄 Phụ lục

VII ĐỌC KẾT HỢP CÁC PHỤ ÂM VÀ VẦN SAU
朗誦下面輔音與韻母的組合

輔音與韻母 an、ang、anh 結合的發音差別：

MP3-18

輔音 ＼ 韻母	an	ang	anh
b	ban	bang	banh
v	van	vang	vanh
ph	phan	phang	phanh
kh	khan	khang	khanh
t	tan	tang	tanh
th	than	thang	thanh

詞彙發音：tan tác　潰散

　　　　　an khang　安康

　　　　　thanh điệu　聲調

注意：n 結尾無鼻音，想像注音的ㄣ；ng 結尾有點鼻音，想像注音的ㄤ；而 nh 結尾鼻音最重，要把嘴角往後拉。

VIII ĐỌC KẾT HỢP CÁC PHỤ ÂM VÀ VẦN SAU
朗誦下面輔音與韻母的組合

輔音與韻母 on、ong 結合的發音差別：　　　　　　　　　　　　MP3-19

輔音＼韻母	on	ong
n	non	nong
nh	nhon	nhong
g	gon	gong
ng	ngon	ngong
t	ton	tong
th	thon	thong

詞彙發音：lon ton　矯捷

　　　　　nhong nhong　噹噹（馬鈴聲）

輔音與韻母 ôn、ông 結合的發音差別：　　　　　　　　　　　　MP3-20

輔音＼韻母	ôn	ông
n	nôn	nông
nh	nhôn	nhông
g	gôn	gông
ng	ngôn	ngông
t	tôn	tông
th	thôn	thông

詞彙發音：ngôn ngữ　語言

　　　　　nông thôn　農村

IX ĐỌC KẾT HỢP CÁC PHỤ ÂM VÀ VẦN SAU

朗誦下面輔音與韻母的組合

輔音與韻母 un、ung 結合的發音差別：　　　　　　　　　　　　　　　　　MP3-21

輔音 ＼ 韻母	un	ung
d	dun	dung
đ	đun	đung
nh	nhun	nhung
t	tun	tung
th	thun	thung
v	vun	vung

詞彙發音：run rẩy　發抖

　　　　　ung dung　雍容

輔音與韻母 ưn、ưng 結合的發音差別：　　　　　　　　　　　　　　　　　MP3-22

輔音 ＼ 韻母	ưn	ưng
d	dưn	dưng
đ	đưn	đưng
nh	nhưn	nhưng
t	tưn	tưng
th	thưn	thưng
v	vưn	vưng

詞彙發音：người dưng　外人

　　　　　tưng bừng　興高采烈

X ĐỌC KẾT HỢP CÁC PHỤ ÂM VÀ VẦN SAU
朗誦下面輔音與韻母的組合

輔音與韻母 en、eng 結合的發音差別：

輔音 \ 韻母	en	eng
ph	phen	pheng
t	ten	teng
th	then	theng
x	xen	xeng
tr	tren	treng
r	ren	reng

詞彙發音：hò hẹn　約會

　　　　　reng reng　鈴鈴（鈴聲）

輔音與韻母 in、inh 結合的發音差別：

輔音 \ 韻母	in	inh
ph	phin	phinh
t	tin	tinh
th	thin	thinh
x	xin	xinh
tr	trin	trinh
r	rin	rinh

詞彙發音：tin hin　微小

　　　　　xinh xinh　嬌滴滴

XI ĐỌC KẾT HỢP CÁC PHỤ ÂM VÀ VẦN SAU

朗誦下面輔音與韻母的組合

輔音與韻母 ai、ay 結合的發音差別：

MP3-25

輔音 ＼ 韻母	ai	ay
b	bai	bay
v	vai	vay
d	dai	day
đ	đai	đay
t	tai	tay
th	thai	thay
nh	nhai	nhay
ng	ngai	ngay

詞彙發音：cái tai 耳朵、chạy nhảy 跑跳

輔音與韻母 ao、au 結合的發音差別：

MP3-26

輔音 ＼ 韻母	ao	au
b	bao	bau
v	vao	vau
d	dao	dau
đ	đao	đau
t	tao	tau
th	thao	thau
nh	nhao	nhau
ng	ngao	ngau

詞彙發音：con dao 刀子、đau đáu 悠悠

XII LUYỆN TẬP 練習

（一）請聽 **MP3**，圈出正確的答案。 MP3-27

❶ be　　　　bi

❷ kê　　　　ke

❸ đa　　　　đê

❹ khi　　　　ki

❺ nhe　　　　nhê

❻ nghe　　　　nghê

❼ tri　　　　tre

（二）請聽 **MP3**，圈出正確的答案。 MP3-28

❶ bo　　　　bô

❷ bơ　　　　bư

❸ chu　　　　chư

❹ do　　　　dô

❺ đu　　　　đư

❻ ngô　　　　ngo

❼ tru　　　　trư

（三）請聽 MP3，圈出正確的答案。 MP3-29

❶ nam nặm

❷ lâm lam

❸ đan đặn

❹ lan lân

❺ man mặn

❻ ban bân

❼ dân dan

（四）請聽 MP3，圈出正確的答案。 MP3-30

❶ hom hôm

❷ gơm gom

❸ chon chôn

❹ khon khơn

❺ ghem ghêm

❻ hen hên

❼ sum sưm

❽ phun phưn

❾ ban bang

❿ khan khanh

⓫ nhon nhong

⓬ ngôn ngông

⓭ đun đung

⓮ thưn thưng

⓯ treng tren

⓰ xin xinh

Ghép vần 2

拼音 2

I ĐỌC KẾT HỢP CÁC PHỤ ÂM VÀ VẦN SAU
朗誦下面輔音與韻母的組合

輔音與韻母 ai、ay、ây 結合的發音差別：

MP3-31

輔音 ＼ 韻母	ai	ay	ây
b	bai	bay	bây
h	hai	hay	hây
kh	khai	khay	khây
m	mai	may	mây
n	nai	nay	nây
ph	phai	phay	phây
t	tai	tay	tây
th	thai	thay	thây
v	vai	vay	vây

詞彙發音：thai nhi　胎兒

　　　　　may mắn　幸運

　　　　　mây bay　雲飛（天上的雲在移動）

Ⅱ ĐỌC KẾT HỢP CÁC PHỤ ÂM VÀ VẦN SAU
朗誦下面輔音與韻母的組合

輔音與韻母 ao、au、âu 結合的發音差別：   MP3-32

輔音＼韻母	ao	au	âu
c	cao	cau	câu
ch	chao	chau	châu
d	dao	dau	dâu
đ	đao	đau	đâu
s	sao	sau	sâu
nh	nhao	nhau	nhâu
ng	ngao	ngau	ngâu
tr	trao	trau	trâu

詞彙發音：tại sao 為什麼

　　　　　đau đầu 頭痛

　　　　　châu báu 珠寶

III ĐỌC KẾT HỢP CÁC PHỤ ÂM VÀ VẦN SAU

朗誦下面輔音與韻母的組合

輔音與韻母 an、ang 結合的發音差別：

MP3-33

輔音 ＼ 韻母	an	ang
b	ban	bang
c	can	cang
d / đ	dan	dang
l	lan	lang
th	than	thang
qu	quan	quang

詞彙發音：lan can　欄杆

　　　　　lang thang　流浪

輔音與韻母 ăn、ăng 結合的發音差別：

MP3-34

輔音 ＼ 韻母	ăn	ăng
b	băn	băng
c	căn	căng
d / đ	dăn	dăng
l	lăn	lăng
th	thăn	thăng
qu	quăn	quăng

詞彙發音：băn khoăn　徬徨

　　　　　căng thẳng　緊張

Ⅳ ĐỌC KẾT HỢP CÁC PHỤ ÂM VÀ VẦN SAU
朗誦下面輔音與韻母的組合

輔音與韻母 ân、âng 結合的發音差別：   MP3-35

輔音 \ 韻母	ân	âng
b	bân	bâng
c	cân	câng
d / đ	dân	dâng
s	sân	sâng
th	thân	thâng
tr	trân	trâng

詞彙發音：trân trọng 鄭重

　　　　　dâng hoa 獻花

輔音與韻母 on、ong 結合的發音差別：   MP3-36

輔音 \ 韻母	on	ong
b	bon	bong
c	con	cong
d / đ	don	dong
s	son	song
th	thon	thong
tr	tron	trong

詞彙發音：con hổ 老虎

　　　　　bóng bay 氣球

V ĐỌC KẾT HỢP CÁC PHỤ ÂM VÀ VẦN SAU
朗誦下面輔音與韻母的組合

輔音與韻母 ôn、ông 結合的發音差別：

MP3-37

輔音 ＼ 韻母	ôn	ông
kh	khôn	không
nh	nhôn	nhông
th	thôn	thông
tr	trôn	trông
ng / ngh	ngôn	ngông
ch	chôn	chông

詞彙發音：khôn khéo 微妙

thông minh 聰明

輔音與韻母 en、eng 結合的發音差別：

MP3-38

輔音 ＼ 韻母	en	eng
kh	khen	kheng
nh	nhen	nheng
th	then	theng
tr	tren	treng
ng / ngh	nghen	ngheng
ch	chen	cheng

詞彙發音：khen ngợi 讚美

leng keng 叮噹（鈴聲）

VI ĐỌC KẾT HỢP CÁC PHỤ ÂM VÀ VẦN SAU
朗誦下面輔音與韻母的組合

輔音與韻母 om、ôm、ơm 結合的發音差別：　　　　　　　　　MP3-39

輔音＼韻母	om	ôm	ơm
b	bom	bôm	bơm
v	vom	vôm	vơm
kh	khom	khôm	khơm
ng	ngom	ngôm	ngơm
r	rom	rôm	rơm
s	som	sôm	sơm

詞彙發音：sâu róm 毛毛蟲、ôm ấp 摟抱、sớm mai 早晨

VII ĐỌC KẾT HỢP CÁC PHỤ ÂM VÀ VẦN SAU
朗誦下面輔音與韻母的組合

輔音與韻母 oi、ôi、ơi 結合的發音差別：　　　　　　　　　MP3-40

輔音＼韻母	oi	ôi	ơi
c	coi	côi	cơi
d	doi	dôi	dơi
đ	đoi	đôi	đơi
m	moi	môi	mơi
n	noi	nôi	nơi
t	toi	tôi	tơi
th	thoi	thôi	thơi
tr	troi	trôi	trơi

詞彙發音：đói mềm 餓昏、đôi môi 一雙嘴唇、trời ơi 天啊

VIII ĐỌC KẾT HỢP CÁC PHỤ ÂM VÀ VẦN SAU
朗誦下面輔音與韻母的組合

輔音與韻母 i、e、ê 結合的發音差別：

MP3-41

輔音＼韻母	i	e	ê
g / gh	ghi	ghe	ghê
ngh	nghi	nghe	nghê
nh	nhi	nhe	nhê
k	ki	ke	kê
kh	khi	khe	khê
qu	qui	que	quê
ph	phi	phe	phê

詞彙發音：nghi ngờ 懷疑

　　　　　nghe lời 聽話

　　　　　quê nhà 家鄉

IX ĐỌC KẾT HỢP CÁC PHỤ ÂM VÀ VẦN SAU
朗誦下面輔音與韻母的組合

輔音與韻母 in、en、ên 結合的發音差別：

MP3-42

輔音＼韻母	in	en	ên
gh	ghin	ghen	ghên
ngh	nghin	nghen	nghên
nh	nhin	nhen	nhên
k	kin	ken	kên
kh	khin	khen	khên
qu	quin	quen	quên
ph	phin	phen	phên

詞彙發音：nhịn nhục　忍辱

　　　　　quen biết　相識、熟悉

　　　　　quên béng　忘光

第一課 Bài một
第二課 Bài hai
第三課 Bài ba
第四課 Bài bốn
第五課 Bài năm
第六課 Bài sáu
第七課 Bài bảy
第八課 Bài tám
第九課 Bài chín
第十課 Bài mười
第十一課 Bài mười một
第十二課 Bài mười hai
附錄 Phụ lục

X ĐỌC KẾT HỢP CÁC PHỤ ÂM VÀ VẦN SAU
朗誦下面輔音與韻母的組合

輔音與韻母 in、inh 結合的發音差別：   MP3-43

輔音　　　韻母	in	inh
b	bin	binh
v	vin	vinh
t	tin	tinh
th	thin	thinh
d	din	dinh
đ	đin	đinh

詞彙發音：tin tức 訊息

　　　　　tình hình 情形

輔音與韻母 ên、ênh 結合的發音差別：   MP3-44

輔音　　　韻母	ên	ênh
b	bên	bênh
v	vên	vênh
t	tên	tênh
th	thên	thênh
d	dên	dênh
đ	đên	đênh

詞彙發音：họ tên 姓名

　　　　　lênh đênh 飄蕩

XI LUYỆN TẬP 練習

（一）請聽 MP3，圈出正確的答案。 MP3-45

❶ khai　　　　khây

❷ phai　　　　phây

❸ đau　　　　đâu

❹ ngao　　　　ngâu

❺ quan　　　　quang

❻ thăn　　　　thăng

❼ sân　　　　sâng

❽ tron　　　　trong

❾ khôn　　　　không

❿ nghen　　　　ngheng

⓫ rom　　　　rôm

（二）請聽 MP3，圈出正確的答案。 MP3-46

❶ moi　　　　môi

❷ khôi　　　　khơi

❸ nghi　　　　nghe

❹ phê　　　　phe

❺ kin　　　　ken

❻ nhen　　　　nhên

❼ tin　　　　tinh

❽ dên　　　　dênh

（三）先朗讀以下的詞彙，之後聽 MP3，選出正確的詞彙。

❶ cái tay   cái tai
❷ đám may   đám mây
❸ quả cao   quả cau
❹ lâu lâu   lau lau
❺ lan man   lang mang
❻ thịt thăn   thịt than
❼ nhân dân   nhâng dâng
❽ con on   con ong
❾ chiếc hôn   chiếc hông
❿ khen ngợi   kheng ngợi
⓫ lom khom   lôm khôm
⓬ sớm mai   sốm mai
⓭ oi bức   ôi bức
⓮ lời nói   lồi nói
⓯ ti hí   te hé
⓰ me say   mê say
⓱ tin lời   tên lời
⓲ tình hình   tìn hìn
⓳ bập bênh   bập bên

Ghép vần 3

拼音 3

Phân biệt: ia, iêu, iên, iêng 練習韻母 ia、iêu、iên、iêng 的差別

Phân biệt: oa, oe, eo, êu 練習韻母 oa、oe、eo、êu 的差別

Phân biệt: um, un, ung, ưm, ưn, ưng 練習韻母 um、un、ung、ưm、ưn、ưng 的差別

Phân biệt: ua, ưa, ui, ưi; uy, uê, uân 練習韻母 ua、ưa、ui、ưi 與 uy、uê、uân 的差別

Phân biệt: uôn, uông, ươn, ương 練習韻母 uôn、uông、ươn、ương 的差別

Phân biệt: oa, oai, oay 練習韻母 oa、oai、oay 的差別

Phân biệt: oan, oang, oăn, oăng 練習韻母 oan、oang、oăn、oăng 的差別

Phân biệt: uân, uyên, uya 練習韻母 uân、uyên、uya 的差別

Phân biệt: ươi, ươn, ương 練習韻母 ươi、ươn、ương 的差別

Phân biệt âm cuối khép và mở miệng 練習尾音開口與合口的差別

I ĐỌC KẾT HỢP CÁC PHỤ ÂM VÀ VẦN SAU
朗誦下面輔音與韻母的組合

輔音與韻母 ia、iêu 結合的發音差別：　　　　　　　　　　　　　　　　　　MP3-48

輔音 ＼ 韻母	ia (iê)	iêu
b	bia	biêu
v	via	viêu
ch	chia	chiêu
k	kia	kiêu
kh	khia	khiêu
h	hia	hiêu
t	tia	tiêu
th	thia	thiêu

詞彙發音：bia hơi 生啤酒、kiêu ngạo 驕傲

輔音與韻母 iên、iêng 結合的發音差別：　　　　　　　　　　　　　　　　MP3-49

輔音 ＼ 韻母	iên	iêng
b	biên	biêng
v	viên	viêng
ch	chiên	chiêng
k	kiên	kiêng
kh	khiên	khiêng
h	hiên	hiêng
t	tiên	tiêng
th	thiên	thiêng

詞彙發音：tiền Việt 越南幣、làm biếng 怠惰

II ĐỌC KẾT HỢP CÁC PHỤ ÂM VÀ VẦN SAU
朗誦下面輔音與韻母的組合

輔音與韻母 oa、oe 結合的發音差別：

MP3-50

輔音 ＼ 韻母	oa	oe
m	moa	moe
l	loa	loe
h	hoa	hoe
nh	nhoa	nhoe
t	toa	toe
th	thoa	thoe
x	xoa	xoe

詞彙發音：lòa xòa　蓬鬆、loè loẹt　花花綠綠

輔音與韻母 eo、êu 結合的發音差別：

MP3-51

輔音 ＼ 韻母	eo	êu
m	meo	mêu
l	leo	lêu
h	heo	hêu
nh	nheo	nhêu
t	teo	têu
th	theo	thêu
x	xeo	xêu

詞彙發音：nheo nhóc　無依無靠、lêu têu　遊蕩

III ĐỌC KẾT HỢP CÁC PHỤ ÂM VÀ VẦN SAU
朗誦下面輔音與韻母的組合

輔音與韻母 um、un、ung 結合的發音差別：　　　　　　　　　　　　　MP3-52

輔音 ＼ 韻母	um	un	ung
c	cum	cun	cung
s	sum	sun	sung
r	rum	run	rung
ch	chum	chun	chung

詞彙發音：cái chum　罐子
　　　　　con cún　小狗（可愛的用語）
　　　　　lung tung　亂七八糟

IV ĐỌC KẾT HỢP CÁC PHỤ ÂM VÀ VẦN SAU
朗誦下面輔音與韻母的組合

輔音與韻母 ưm、ưn、ưng 結合的發音差別：　　　　　　　　　　　　MP3-53

輔音 ＼ 韻母	ưm	ưn	ưng
kh	khưm	khưn	khưng
ch	chưm	chưn	chưng
nh	nhưm	nhưn	nhưng
r	rưm	rưn	rưng

詞彙發音：nhưng　但是
　　　　　tưng bừng　歡騰
　　　　　mừng rỡ　歡喜

V ĐỌC KẾT HỢP CÁC PHỤ ÂM VÀ VẦN SAU
朗誦下面輔音與韻母的組合

輔音與韻母 ua、ưa 結合的發音差別：

MP3-54

輔音 \ 韻母	ua	ưa
b	bua	bưa
d	dua	dưa
đ	đua	đưa
m	mua	mưa
v	vua	vưa
ch	chua	chưa

詞彙發音：mua bán　買賣

dưa hấu　西瓜

輔音與韻母 ui、ưi 結合的發音差別：

MP3-55

輔音 \ 韻母	ui	ưi
b	bui	bưi
d	dui	dưi
đ	đui	đưi
m	mui	mưi
v	vui	vưi
ch	chui	chưi

詞彙發音：vui vẻ　高興

chửi bới　辱罵

Bài một 第一課
Bài hai 第二課
Bài ba 第三課
Bài bốn 第四課
Bài năm 第五課
Bài sáu 第六課
Bài bảy 第七課
Bài tám 第八課
Bài chín 第九課
Bài mười 第十課
Bài mười một 第十一課
Bài mười hai 第十二課
Phụ lục 附錄

VI ĐỌC KẾT HỢP CÁC PHỤ ÂM VÀ VẦN SAU
朗誦下面輔音與韻母的組合

輔音與韻母 uy、uê、uân 結合的發音差別：

MP3-56

輔音＼韻母	uy	uê	uân
d	duy	duê	duân
h	huy	huê	huân
kh	khuy	khuê	khuân
l	luy	luê	luân
ng	nguy	nguê	nguân
x	xuy	xuê	xuân

詞彙發音：nguy hiểm　危險

　　　　　xuê xoa　馬虎

　　　　　khuân vác　搬運

Ⅶ ĐỌC KẾT HỢP CÁC PHỤ ÂM VÀ VẦN SAU
朗誦下面輔音與韻母的組合

輔音與韻母 uôn、uông 結合的發音差別：

MP3-57

輔音＼韻母	uôn	uông
m	muôn	muông
ch	chuôn	chuông
l	luôn	luông
s	suôn	suông
t	tuôn	tuông
th	thuôn	thuông

詞彙發音：luôn luôn 時常

　　　　　chuông đổ 鐘響

輔音與韻母 ươn、ương 結合的發音差別：

MP3-58

輔音＼韻母	ươn	ương
m	mươn	mương
ch	chươn	chương
l	lươn	lương
s	sươn	sương
t	tươn	tương
th	thươn	thương

詞彙發音：lươn lẹo 拐彎抹角

　　　　　thương yêu 疼愛

VIII ĐỌC KẾT HỢP CÁC PHỤ ÂM VÀ VẦN SAU
朗誦下面輔音與韻母的組合

輔音與韻母 oa、oai、oay 結合的發音差別： MP3-59

輔音 ＼ 韻母	oa	oai	oay
l	loa	loai	loay
kh	khoa	khoai	khoay
ng	ngoa	ngoai	ngoay
t	toa	toai	toay
th	thoa	thoai	thoay

詞彙發音：đóa hoa　花朵

　　　　　khoai lang　番薯

　　　　　loay hoay　汲汲營營

IX ĐỌC KẾT HỢP CÁC PHỤ ÂM VÀ VẦN SAU
朗誦下面輔音與韻母的組合

輔音與韻母 oan、oang 結合的發音差別： MP3-60

輔音 ＼ 韻母	oan	oang
d	doan	doang
đ	đoan	đoang
h	hoan	hoang
l	loan	loang
ng	ngoan	ngoang

詞彙發音：hân hoan　歡欣

　　　　　khoe khoang　炫耀

X ĐỌC KẾT HỢP CÁC PHỤ ÂM VÀ VẦN SAU
朗誦下面輔音與韻母的組合

輔音與韻母 oăn、oăng 結合的發音差別：　　　　　　　　　　　MP3-61

輔音＼韻母	oăn	oăng
l	loăn	loăng
ng	ngoăn	ngoăng
kh	khoăn	khoăng
s	soăn	soăng
t	toăn	toăng
h	hoăn	hoăng

詞彙發音：loăn xoăn 卷曲、loằng ngoằng 歪歪扭扭

XI ĐỌC KẾT HỢP CÁC PHỤ ÂM VÀ VẦN SAU
朗誦下面輔音與韻母的組合

輔音與韻母 uân、uyên、uya 結合的發音差別：　　　　　　　　MP3-62

輔音＼韻母	uân	uyên	uya
l	luân	luyên	luya
h	huân	huyên	huya
ch	chuân	chuyên	chuya
kh	khuân	khuyên	khuya
t	tuân	tuyên	tuya
x	xuân	xuyên	xuya

詞彙發音：luân phiên 輪番、truân chuyên 艱辛、khuya khoắt 夜深人靜

第一課 Bài một
第二課 Bài hai
第三課 Bài ba
第四課 Bài bốn
第五課 Bài năm
第六課 Bài sáu
第七課 Bài bảy
第八課 Bài tám
第九課 Bài chín
第十課 Bài mười
第十一課 Bài mười một
第十二課 Bài mười hai
附錄 Phụ lục

XII ĐỌC KẾT HỢP CÁC PHỤ ÂM VÀ VẦN SAU
朗誦下面輔音與韻母的組合

輔音與韻母 ươi、ươn、ương 結合的發音差別： MP3-63

輔音 \ 韻母	ươi	ươn	ương
d	dươi	dươn	dương
đ	đươi	đươn	đương
g	gươi	gươn	gương
h	hươi	hươn	hương
m	mươi	mươn	mương
v	vươi	vươn	vương

詞彙發音：tươi cười　笑逐顏開

　　　　　vay mượn　借貸

　　　　　hương thơm　香甜

PHÂN BIỆT ÂM CUỐI 分辨開口與合口的尾音

與 c、p、t 尾音結合的發音差別：

（一）
MP3-64

ác – ạc ấc – ậc ắc – ặc	áp – ạp ấp – ập ắp – ặp	át – ạt ất – ật ắt – ặt
óc – ọc ốc – ộc	óp – ọp ốp – ộp ớp – ợp	ót – ọt ốt – ột ớt – ợt

分辨尾音的詞彙發音： hăng hắc　嗆味

áp đặt　逼迫

chật vật　拮据

lóc xóc　軋軋，車子行進的聲音

hộp xốp　保溫盒

ớt bột　辣椒粉

（二）
MP3-65

úc – ục ức – ực	úp – ụp ứp – ựp	út – ụt ứt – ựt
ích – ịch ếch – ệch	íp – ịp ếp – ệp ép – ẹp	ít – ịt ết – ệt ét – ẹt

分辨尾音的詞彙發音： túc trực　輪值

bứt rứt　心煩

tích cực　積極

tịt mít　無知

（三）

iếc – iệc	iếp – iệp	iết – iệt
ước – ược	ướp – ượp	ướt – ượt
uốc – uộc	uất – uật	
uốt – uột	uyết – uyệt	
oác – oạc	oát – oạt	oắt – oặt

分辨尾音的詞彙發音：tiết kiệm　節儉

　　　　　　　　　thân thiết　親善

　　　　　　　　　tiệc tùng　宴飲

　　　　　　　　　đất nước　國家

　　　　　　　　　ướt rượt　濕漉漉

　　　　　　　　　ao ước　希望

　　　　　　　　　tẩu thoát　逃脫

　　　　　　　　　thoăn thoắt　快速

（一）請聽 MP3，圈出正確的答案。 MP3-67

❶ bia   biêu

❷ chiên   chiêng

❸ nhoa   nhoe

❹ meo   mêu

❺ sun   sum

❻ rum   rung

❼ khưm   khưng

❽ nguy   nguê

❾ xuê   xuân

❿ luôn   luông

⓫ thươn   thương

⓬ toai   toay

⓭ loan   loang

⓮ loăng   loang

⓯ khuân   khuyên

⓰ xuân   xuyên

⓱ vươn   vương

❶ cái tay   cái tai

❷ chai bia   chai biêu

❸ con dao   con dau

❹ băng khoăng   băn khoăn

❺ trân trọng   trâng trọng

❻ cong hổ   con hổ

❼ tiếng Việt   tiến Việt

❽ nheo nhóc   nhêu nhóc

❾ lun tun   lung tung

❿ tưng bừng   tưn bừn

⓫ mua bán   mưa bán

⓬ nguy hiểm   nguê hiểm

⓭ suôn sẻ   suông sẻ

⓮ thươn yêu   thương yêu

⓯ khoai loan   khoai lang

⓰ loai hoai   loay hoay

⓱ khoe khoang   khoe khoan

⓲ loăng quăng   loăn quăng

⓳ luâng phiên   luân phiên

⓴ vay mượng   vay mượn

Ghép vần 4
Ôn tập phát âm
拼音 4 發音複習

Phân biệt các nguyên âm và phụ âm 分辨元音與分辨輔音

Phân biệt các vần và thanh điệu 分辨韻母與聲調

Quy tắc viết chính tả 拼寫規則

Luyện đọc các bài đồng dao 童謠練習朗讀

I PHÂN BIỆT CÁC NGUYÊN ÂM 分辨元音

MP3-69

- o – ô – ơ
- e – ê
- a – ă – â
- u – ư

II PHÂN BIỆT CÁC PHỤ ÂM 分辨輔音

MP3-70

- c – k – q
- b – v
- g – ng
- d – gi – r
- ch – tr
- t – th
- n – nh – ng
- đ – t – l
- s – x

III PHÂN BIỆT CÁC VẦN 分辨韻母

MP3-71

- an – ang
- óc – ốt
- ăn – anh
- ay – oay
- ai – ay
- ây – uây
- ên – ênh
- oan – oang
- in – inh
- iên – uyên
- ết – ếch
- iêu – iu
- ít – ích
- iết – uyết
- iu – ưu
- ươn – ương
- ức – ứt
- uôn – uông

（一）平聲與問聲：

- ngu 笨蛋

- ngủ 睡覺

（二）平聲與玄聲：

- nhà thơ 詩人

- nhà thờ 教堂

（三）平聲與銳聲：

- ngan 鵝

- ngán 膩

（四）跌聲與問聲：

- bảo 告訴

- bão 颱風

Bài một 第一課
Bài hai 第二課
Bài ba 第三課
Bài bốn 第四課
Bài năm 第五課
Bài sáu 第六課
Bài bảy 第七課
Bài tám 第八課
Bài chín 第九課
Bài mười 第十課
Bài mười một 第十一課
Bài mười hai 第十二課
Phụ lục 附錄

兩個平聲	hôm nay	luôn luôn	trung tâm
平聲與玄聲	gia đình	chương trình	xin chào
平聲與問聲	đơn giản	chi trả	không phải
平聲與跌聲	khiêu vũ	xin lỗi	kiên nhẫn
平聲與銳聲	văn hóa	không khí	biên giới
平聲與重聲	tham dự	quan hệ	bưu điện
玄聲與平聲	thời gian	thành công	thường xuyên
兩個玄聲	tình hình	hoàn thành	nhà hàng
玄聲與問聲	tài khoản	hình ảnh	đèn đỏ
玄聲與跌聲	bình tĩnh	đồng nghĩa	còn nữa
玄聲與銳聲	thành phố	hành chính	bài báo
玄聲與重聲	trường hợp	đề nghị	thành thật
問聲與平聲	bổ sung	khả năng	hỏi han
問聲與玄聲	phở bò	nghỉ hè	bảo tàng
兩個問聲	thỉnh thoảng	bảo đảm	hủy bỏ
問聲與跌聲	sửa chữa	cảm nghĩ	triển lãm
問聲與銳聲	buổi sáng	quảng cáo	cảnh sát
問聲與重聲	chủ nhật	chuẩn bị	thể dục
跌聲與平聲	ngã ba	sỹ quan	diễn viên
跌聲與玄聲	dễ dàng	sẵn sàng	rõ ràng
跌聲與問聲	mỹ phẩm	bãi biển	dũng cảm
兩個跌聲	mãi mãi	miễn cưỡng	mỹ mãn

跌聲與銳聲	miễn phí	ngữ pháp	lễ phép
跌聲與重聲	kỹ thuật	lĩnh vực	vũ trụ
銳聲與平聲	tiếp viên	khó khăn	trái tim
銳聲與玄聲	áo dài	vấn đề	bắt đầu
銳聲與問聲	chính phủ	kết quả	tác giả
銳聲與跌聲	bác sỹ	hấp dẫn	thiếu nữ
兩個銳聲	chú ý	thế giới	khám phá
銳聲與重聲	tích cực	tấp nập	lắm chuyện
重聲與平聲	động viên	bệnh nhân	cạnh tranh
重聲與玄聲	dịu dàng	hoạt hình	thị trường
重聲與問聲	nhập cảnh	hiệu quả	lịch sử
重聲與跌聲	ngoại ngữ	nghệ sỹ	gặp gỡ
重聲與銳聲	hộ chiếu	tạp chí	hệ thống
兩個重聲	lịch sự	bệnh viện	đại học

VI 3 THANH ĐIỆU GIỐNG NHAU 三個同樣的聲調

MP3-74

平聲	ba thanh niên	không liên quan	đi sân bay
玄聲	đầu tuần này	hàng nghìn người	đài truyền hình
問聲	bảo đảm cả	thỉnh thoảng hỏi	chuyển đổi cả
銳聲	có ý kiến	chắc chắn chứ	giá đắt quá
重聲	hoạt động mạnh	thật lịch sự	đại học luật

VII CHÍNH TẢ 拼寫規則

（一）「c / k / q」用「k」音來表達：

1.「c」寫在母音「a / ă / â / o / ô / ơ / u / ư」的前方
2.「k」寫在母音「e / ê / i / y」的前方
3.「q」和「u」成為「qu」

（二）「g / gh」用「ɣ」音來表達：

1.「g」寫在母音「a / ă / â / o / ô / ơ / u / ư」的前方
2.「gh」寫在母音「e / ê / i」的前方

（三）「ng / ngh」用「ŋ」音來表達：

1.「ng」寫在母音「a / ă / â / o / ô / ơ / u / ư」的前方
2.「ngh」寫在母音「e / ê / i」的前方

VIII QUY TẮC CHỮ HOA CHỮ THƯỜNG 大小寫規則

（一）句頭：

● Tôi là người Đài Loan. 我是臺灣人。

（二）名字：

1. 個人名字：

越南有名音樂家 Trịnh Công Sơn 鄭公山

越南有名畫家 Bùi Xuân Phái 裴春派

2. 機關組織：

● Đại học Quốc gia Hà Nội 河內國家大學

● Đại học Quốc lập Đài Loan 國立臺灣大學

● Chính phủ nước Cộng hòa xã hội chủ nghĩa Việt Nam
越南社會主義共和國政府

3. 地名：

Việt Nam 越南　　　　Đài Loan 臺灣

Hàn Quốc 韓國　　　　Trung Quốc 中國

Mỹ 美國　　　　　　　Nhật 日本

Anh 英國　　　　　　　Pháp 法國

第五課
Bài năm

第一課 Bài một
第二課 Bài hai
第三課 Bài ba
第四課 Bài bốn
第六課 Bài sáu
第七課 Bài bảy
第八課 Bài tám
第九課 Bài chín
第十課 Bài mười
第十一課 Bài mười một
第十二課 Bài mười hai
附錄 Phụ lục

（一）寫出「輔音」和「元音 / 韻母」符合的組合。

	a	o	ô	i	e	ê	ua	uê	uy
c									
k									
q									

（二）選「g」或「gh」，看何者能搭配，符合的打○。

g	gh	
		a
		ă
		â
		e
		ê
		i
		o
		ô
		ơ
		u
		ư

（三）選「ngh」或「ng」，看何者能搭配，符合的打〇。

ng	ngh	
		a
		ă
		â
		e
		ê
		i
		o
		ô
		ơ
		u
		ư

第一課 Bài một
第二課 Bài hai
第三課 Bài ba
第四課 Bài bốn
第五課 Bài năm
第六課 Bài sáu
第七課 Bài bảy
第八課 Bài tám
第九課 Bài chín
第十課 Bài mười
第十一課 Bài mười một
第十二課 Bài mười hai
附錄 Phụ lục

X ĐỒNG DAO 1 朗讀童謠 1

MP3-75

Chi chi chành chành	之之昭昭
Cái đanh thổi lửa	釘子吹火
Con ngựa chết trương	馬死路邊
Ba vương ngũ đế	三王五帝
Bắt dế đi tìm	趨羊找尋
Ù à ù ập	嗚啊嗚吧
Ngồi sập xuống đây.	快坐下來。

XI ĐỒNG DAO 2 朗讀童謠 2

MP3-76

Nu na nu nống	嗶嗶叭叭
Đánh trống phất cờ	打鼓搖旗
Mở hội thi đua	展開比賽
Chân ai sạch sẽ	誰腳乾淨
Gót đỏ hồng hào	腳跟紅潤
Không bẩn tý nào	一點不髒
Được vào đánh trống.	可來打鼓。

XII ĐỒNG DAO 3 朗讀童謠 3

Ăn một bát cơm	吃一碗飯
Nhớ người cày ruộng	思種田人
Ăn đĩa rau muống	吃碗青菜（空心菜）
Nhớ người đào ao	思掘池人
Ăn một quả đào	吃一顆桃
Nhớ người vun gốc	思植樹人
Ăn một con ốc	吃碗田螺
Nhớ người đi mò	思摸水人
Sang đò	過渡船
Nhớ người chèo chống	思划船人
Nằm võng	躺吊床
Nhớ người mắc dây	思架線人
Đứng mát gốc cây	樹下乘涼
Nhớ người trồng trọt.	思種植人。

Bài một 第一課
Bài hai 第二課
Bài ba 第三課
Bài bốn 第四課
Bài năm 第五課
Bài sáu 第六課
Bài bảy 第七課
Bài tám 第八課
Bài chín 第九課
Bài mười 第十課
Bài mười một 第十一課
Bài mười hai 第十二課
Phụ lục 附錄

Mưa rơi cho cây tốt tươi	雨落木回春
Búp chen lá trên cành	枝葉吐嫩芽
Rừng đẹp trăng hoa rung rinh theo gió	幽林花月隨風映
Bướm tung cánh bay vờn	展翅蝶飛舞
Bên nương ríu rít tiếng cười	山泉伴笑聲
Bao trai gái đang nô đùa	紅男綠女縱情嬉
Đầu sàn có đôi chim cu đua gáy	斑鳩啼屋簷
Thách đôi én cùng múa vui	春燕舞同樂
Mưa rơi chim ướt cánh bay	雨落濕飛翼
Nó sa bẫy trong rừng	鳥陷林中阱
Dập dìu ai đi đơm cá bên suối	溪畔熙攘人撈魚
Nước xô nước ven bờ	拍岸水疊水
Trên nương hương thơm nếp vàng	田畔黃糯香
Măng cười hé vươn lên cùng	筍笑茸微露
Ngọt ngào hương thơm bay bay theo gió	隨風飄來甜美味
Những chim nướng cùng nếp thơm	燒鳥伴糯香
Nhìn mà no...	看就飽……

Chào hỏi:
Xin chào, tôi là Ngô Thừa Hạo.

打招呼：你好，我是吳承浩。

Cách chào　打招呼的方式

Đại từ nhân xưng　人稱代名詞

Tên người Việt Nam　越南人的名字

I HỘI THOẠI 會話

Hải Anh: Chào anh!
Thừa Hạo: Chào chị!
Hải Anh: Tôi là Nguyễn Hải Anh.
Thừa Hạo: Tôi là Ngô Thừa Hạo.
Hải Anh: Rất vui được gặp anh!
Thừa Hạo: Tôi cũng rất vui
được gặp chị!

中譯：

海英：你好！
承浩：妳好！
海英：我是阮海英。
承浩：我是吳承浩。
海英：很高興見到你！
承浩：我也很高興見到妳！

II TỪ VỰNG 詞彙

❶ xin chào / chào 謹問好、問好（用於分別時，意思為「再見」）

❷ tôi 我

❸ là 是

❹ rất 很

❺ vui 高興

❻ được 能夠、得

❼ gặp 碰面、遇見

❽ anh 兄、哥、先生

❾ chị 姐、小姐

❿ cũng 也

| 第一課 Bài một |
| 第二課 Bài hai |
| 第三課 Bài ba |
| 第四課 Bài bốn |
| 第五課 Bài năm |
| **第六課 Bài sáu** |
| 第七課 Bài bảy |
| 第八課 Bài tám |
| 第九課 Bài chín |
| 第十課 Bài mười |
| 第十一課 Bài mười một |
| 第十二課 Bài mười hai |
| 附錄 Phụ lục |

Ⅲ CHÚ THÍCH NGỮ PHÁP 文法解釋

（一）「Chào」的用法

「Chào」為打招呼時的問候語，可以用在見面之時，意同「嗨」或「你好」；而用在道別的時候，則意同「再見」。

越南人習慣用法：

1. Chào ＋名字（Hương, Hạo, Vỹ...）
2. Chào ＋第二人稱代名詞（anh, chị, bạn）
3. Chào ＋第二人稱代名詞（anh, chị...）＋名字（Hương, Hạo, Vỹ...）

想更有禮貌地表示尊重時，會在「Chào」的前面加上「Xin」，成為「Xin chào」，此時，「Xin」的意思就好比中文的「謹」。例如：

- Xin chào!　謹問好！
- Xin tạm biệt!　謹再見！
- Hẹn gặp lại!　再會！
- Xin cảm ơn!　僅謝謝！

（二）越南人的名字

Họ ＋ Tên đệm ＋ Tên　姓＋塾名＋名
Nguyễn Liên Hương　阮蓮香

越南人習慣把「對方的名字」，加上表示輩分的「人稱代名詞」來稱呼對方，例如：

- Anh Nam　南哥（Nam 名字，Anh 輩分）
- Chị Lan　蘭姐（Lan 名字，Chị 輩分）

傳統上，越南人的塾名常常用「氏」或「文」，例如：

- Nguyễn Thị Lan　阮氏蘭
- Nguyễn Văn Nam　阮文南

越南的常見姓氏： MP3-81

Họ 姓	Ti lệ 比例
Nguyễn 阮	38.4%
Trần 陳	12.1%
Lê 黎	9.5%
Phạm 范	7%
Hoàng（北越）/ Huỳnh（南越） 黃	5.1%
Phan 潘	4.5%
Vũ（北越）/ Võ（南越） 武	3.9%
Đặng 鄧	2.1%
Bùi 裴	2%
Đỗ 杜	1.4%
Hồ 胡	1.3%
Ngô 吳	1.3%
Dương 楊	1%
Lý 李	0.5%

越南的常見名字：

- Tên nam: Huy, Hùng, Cường, Dũng, Hải, Long, Toàn, Khánh, Kiên, Nam
  男生名字：輝、雄、強、勇、海、龍、全、慶、堅、南

- Tên nữ: Hương, Lan, Hà, Mai, Ngọc, Yến, Thủy, Thu, Vy, Ngân
  女生名字：香、蘭、荷（河）、梅、玉、燕、水、秋、薇、銀

（三）越南人社會中日常打招呼的人稱代名詞

越南人習慣用家庭中的輩分稱呼，來作為社會中日常打招呼的人稱代名詞，其使用方式為「代表自己輩分的稱呼＋chào＋對方的輩分稱呼」，例如：

- Em chào anh! 小弟（小妹）向哥哥問好！＝你好！

當你覺得自己比對方年紀小一些時，即自稱「em」（弟或妹），然後稱呼對方「anh」（哥哥或先生）。

另外，「ạ」是語氣詞，用來表示尊重，要放在句尾。例如：

- Em chào cô Hương ạ! 香老師您好！

（四）越南人主要的輩分人稱代名詞

MP3-82

ông	爺爺
bà	奶奶
bác	伯伯、姨媽、伯母
cô / dì	姑姑、阿姨
chú	叔叔
anh	哥哥
chị	姐姐
bạn	你（朋友）
em	弟弟、妹妹
thầy	男老師
cô	女老師
cháu	孫子、侄子

當前面加上「các」（各）/「chúng」（們）時即成為複數，例如：

- các ông, các bà, các anh, các chị, các cô, các chú...

  各位爺爺、各位婆婆、各位大哥、各位大姐、各位姑姑、各位叔叔……

- Chúng em; Chúng tôi / chúng tớ; Chúng ta　小弟 / 妹們（我們）；我們；咱們

	Số ít 單數	Số nhiều 複數
Ngôi thứ nhất 第一人稱	tôi em mình	chúng tôi chúng em chúng mình
Ngôi thứ hai 第二人稱	ông bà anh chị bạn	các ông các bà các anh các chị các bạn
Ngôi thứ ba 第三人稱	ông ấy bà ấy anh ấy chị ấy	các ông ấy các bà ấy các anh ấy các chị ấy họ

註：Chúng tôi / chúng tớ / chúng em　我們（不包括聽話的人）

　　Chúng ta　咱們（包括聽話的人）

IV LUYỆN TẬP 練習

（一）請將 _____ 替換成「不同的人稱代名詞」或「同學的名字」。

❶ Chào _____ !

❷ Chào _____ !

❸ Chào _____ !

❹ Chào _____ !

❺ Chào _____ !

❻ Chào _____ !

❼ Chào _____ !

❽ Chào _____ !

❾ Chào _____ !

❿ Chào _____ !

（二）填空：

❶ Chào _____ !

❷ Chào _____ !

❸ Tôi là _____ .

❹ Tôi là _____ .

❺ _____ _____ được gặp _____ !

❻ Tôi _____ _____ _____ được gặp _____ .

（三）請針對不同的對象打招呼。

Chào <u>cô</u>! <u>Em</u> là <u>Thừa Hạo</u>. 老師好！我是承浩。
Chào <u>Thừa Hạo</u>. <u>Cô</u> là <u>Liên Hương</u>. 承浩好。老師（名字）是蓮香。

❶ 男生 → 年輕男生

❷ 女生 → 年輕女生

❸ 男生 → 比較年長的女生

❹ 比較年長的男生 → 比較年輕的女生

❺ 哥哥 → 弟弟

❻ 姐姐 → 妹妹

❼ 學生 → 男老師

❽ 學生 → 女老師

❾ 比較年輕的女生 → 比較年長的男生

❿ 自己 → 旁邊的同學

⓫ 自己 → 每位同學和老師

（四）請聽 MP3，將聽到的名字依序填入空格。

MP3-84

Hương, Huy, Lan, Hải, Long, Kiên, Nam, Vy, Hà, Mai

❶	❷	❸	❹	❺
❻	❼	❽	❾	❿

V THÀNH NGỮ, TỤC NGỮ, BÀI HÁT
成語、俗語、歌謠

MP3-85

Lời chào cao hơn mâm cỗ.
勤問好勝於客套宴。

　　越南是傳統農業社會，習慣上人們碰面時會寒暄問好。如果你越常跟別人熱情問好，就一定越會受到別人的歡迎。「Lời chào cao hơn mâm cỗ」這句俗語的意思就是「熱情有禮的問好比表面式的請客吃飯更有作用」。

VI LÀM QUEN VỚI VĂN HÓA VIỆT NAM
認識越南文化

Xưng hô và họ tên
稱呼與姓名

越南是一個重倫理、講師道的東方國家，此一文化傳承亦表現在日常語言稱呼上。

一、按輩分來稱呼彼此的越南人之間，對話很少直呼「你」、「我」、「他」，而是長幼有序、按輩分年齡來稱呼，僅在十分親密或特殊情況才會自稱我（tôi）。例如，越南人對父母一定稱父（bố）、母（mẹ），並自稱孩兒（con）；對與父母同輩的人則稱伯（bác）、叔（chú）、姑（cô）、姨（dì），並自稱侄兒（cháu）；對兄姐及看起來比自己大些的人會稱對方兄（anh）或姐（chị），並自稱弟或妹（em），所以在課文會話中，常會因對象不同而自稱也有所改變。

二、越南人視師如親，越南語的「thầy」乙字等同中文的「師」，除了有傳道授業解惑之人（師傅）的意思外，亦指在各行業中的頂尖人物（宗師）；更特別的是，還可以作為「父親」解釋，具有一日為師、終身為父的觀念。另外，由於越南古時候幾乎沒有女老師，所以均稱呼老師為「thầy」或「thầy giáo」（教師），惟在近代出現女老師後，為表示男女有別，才以「cô giáo」稱呼女老師。

三、越南人的名字通常為二至三個字。第一個字是姓，最多的是阮（Nguyễn）。第二及三個字叫名，其中，男生第二個字最常用的是「文」（Văn），而女生是「氏」（Thị）。通常越南人習慣稱呼對方名字的最後一個字，而不稱呼姓：例如 Nguyễn Văn Nam（阮文南），我們會稱呼他是「Nam（南）先生」，而不是「Nguyễn（阮）先生」。

Hỏi thăm: Ông có khỏe không ạ?

問候：爺爺您好嗎？

Cách hỏi tên　問名字的方式

Từ lịch sự　禮貌用語

Cách hỏi thăm sức khỏe　問候健康的方式

Cách nói về sức khỏe　表達身體狀況的方式

I HỘI THOẠI 會話

Thừa Hạo: Cháu chào ông ạ.
Ông Chương: Ông chào cháu.
Cháu tên là gì?
Thừa Hạo: Cháu là Thừa Hạo.
Dạo này ông có khỏe
không ạ?
Ông Chương: Cảm ơn cháu, ông bình
thường. Còn cháu?
Thừa Hạo: Cháu cảm ơn ông, cháu
khỏe ạ.

中譯：

承浩：孫兒向爺爺您請安！（爺爺好啊！）
彰爺爺：孫兒好，你叫什麼名字？
承浩：我是承浩。爺爺近來身體健康嗎？
彰爺爺：謝謝你，爺爺還好，那孫兒你呢？
承浩：謝謝爺爺，孫兒也好啊！

II TỪ VỰNG 詞彙

❶ cháu 孫、侄

❷ ạ 啊（句尾語氣詞），表示尊敬的態度，
通常用於晚輩向長輩問候或回答詢問時

❸ tên 名字

❹ gì 什麼

❺ dạo này 近來

❻ có 有

❼ khỏe 健康

❽ không? 是否？

❾ bình thường 平常、一般、還好

❿ còn 那（轉折語）

⓫ cảm ơn 感恩、謝謝

Ⅲ CHÚ THÍCH NGỮ PHÁP 文法解釋

（一）禮貌用語

- Cảm ơn / cám ơn 感謝、謝謝

    → Không có gì / Không có chi 沒什麼、沒事

    → Đừng khách khí / Miễn khách khí 別客氣

- Xin lỗi 對不起、抱歉、不好意思

    → Không sao 沒關係

（二）詢問名字的方式

「Xin lỗi, tên」＋第二人稱代名詞＋「là gì」？

＝對不起，你名字是什麼？

- Xin lỗi, <u>tên bạn</u> là gì? (Bạn tên là gì?) 不好意思，你名字是什麼？

    → Tôi tên là Hạo. (Tên tôi là Hạo.) 我名字是浩。

（三）問候身體狀況的方式

第二人稱代名詞＋「có」（可省略）＋「khỏe không」＋「ạ」（可省略）？

＝～（有）健康嗎？

- Anh / chị / ông / bà (có) khỏe không (ạ)?

    兄 / 姐 / 爺 / 奶（有）健康嗎？

    → Cảm ơn anh / chị / ông / bà, tôi khỏe.

    謝謝兄 / 姐 / 爺 / 奶，我健康。

（四）回答問候句之用語

- (Rất khỏe) Khỏe （很好／很健康）好、健康
- Không khỏe lắm 不是很好
- Bình thường 一般、還好
- Mệt 累

（五）越南語會話常見的副詞

1.「hơi」（稍微、有一點；程度性副詞）

- Tôi hơi mệt. 我有一點累。

2.「rất / quá / lắm」（很、過於、太；程度性副詞）

「rất」通常放在形容詞的前方。例如：

- Tôi rất mệt. 我很累。
- Tôi rất đói (rồi). 我很餓（了）。
- Chị nói tiếng Việt rất giỏi. 妳說越南語很流利。

「quá / lắm」要放在形容詞的後方。例如：

- Tôi mệt quá / lắm. 我累過頭了、我太累了。
- Tôi đói quá (lắm) (rồi). 我餓過頭了、我好餓喔。
- Chị nói tiếng Việt giỏi quá (lắm). 妳說越南語流利得很、妳說越南語好流利。

3.「cũng」（也；相同性副詞）

- Tôi cũng khỏe. 我也健康。
- Tôi cũng mệt. 我也累。
- Tôi cũng đói. 我也餓。
- Anh nói tiếng Việt cũng rất giỏi. 你說越南語也很流利。

第一課 Bài một
第二課 Bài hai
第三課 Bài ba
第四課 Bài bốn
第五課 Bài năm
第六課 Bài sáu
第七課 Bài bảy
第八課 Bài tám
第九課 Bài chín
第十課 Bài mười
第十一課 Bài mười một
第十二課 Bài mười hai
附錄 Phụ lục

Ⅳ LUYỆN TẬP 練習

（一）請將「**khỏe / bình thường / không khỏe lắm / mệt**」填到空格內。

❶ Chào anh, anh có khỏe không?

→ Cảm ơn chị, tôi _____ .

❷ Chào chị, chị có khỏe không?

→ Cảm ơn anh, tôi _____ .

❸ Chào bạn, bạn có khỏe không?

→ Cảm ơn bạn, tôi _____ .

❹ Chào ông, ông có khỏe không ạ?

→ Cảm ơn cháu, ông _____ .

（二）請用下面的會話例句，問候旁邊同學的健康狀況。

A：Chào _____ , _____ có khỏe không?

B：Chào _____ , cảm ơn, _____ khỏe. Còn _____?

A：Cảm ơn _____ , _____ .

（三）請將下列詞句重組，使之成為正確的句子。

❶ bình thường / tôi / cũng

→ _____

❷ mệt / chị / rất

→ _____

❸ bà / không / có / khỏe?

→ _____

（四）請相互詢問班上同學的名字，以及他的健康狀況。

Con chim vành khuyên
綠繡眼鳥

Nhạc và lời: Hoàng Vân   詞曲：黃雲

Có con chim vành khuyên nhỏ.	有隻小小綠繡眼。
Dáng trông thật ngoan ngoãn quá.	模樣看來乖乖的。
Gọi dạ bảo vâng.	謙遜有禮常稱是。
Lễ phép ngoan nhất nhà.	是隻家中乖寶寶。
Chim gặp bác chào mào, chào bác.	小綠遇見鵯伯伯，問聲伯伯好。
Chim gặp cô sơn ca, chào cô.	小綠遇見百靈姑，問聲姑姑好。
Chim gặp anh chích chòe, chào anh.	小綠遇見四喜哥，問聲哥哥好。
Chim gặp chị sáo nâu, chào chị.	小綠遇見八哥姐，問聲姐姐好。
Có con chim vành khuyên nhỏ.	有隻小小綠繡眼。
Sắc lông mượt như tơ óng.	羽毛柔順似錦緞。
Gọn gàng đẹp xinh.	潔淨漂亮。
Cũng giống như chúng mình ừ nhỉ...	也像我們大家耶⋯⋯

第七課

Bài một 第一課
Bài hai 第二課
Bài ba 第三課
Bài bốn 第四課
Bài năm 第五課
Bài sáu 第六課
Bài bảy 第七課
Bài tám 第八課
Bài chín 第九課
Bài mười 第十課
Bài mười một 第十一課
Bài mười hai 第十二課
Phụ lục 附錄

Ⅵ LÀM QUEN VỚI VĂN HÓA VIỆT NAM
認識越南文化

MP3-89

敬語與道謝用語

（一）Kính ngữ 敬語

　　越南語常會使用一些「敬語」或「語氣詞」，來表示對對方的尊敬或顯現彼此的尊卑關係。例如當回答長輩問話時，須使用「vâng」（是）、「ạ」（喳）、「dạ thưa」（啟稟是的）之類的敬語。這種回話的禮節，就好像清朝時代，奴僕跟主人回話一定會使用「喳」、「啟稟大人」。另外，回話時也一定會在最後加上「輩分詞」，而不會僅說謝謝，例如「em cảm ơn cô ạ」（我謝謝您）。至於問話或回話時，還常會使用一些「語氣詞」，以便讓整個語氣更加柔軟與禮貌，例如「nhé」（喔）、「nha」（阿）、「nhỉ」（耶）……等等。

（二）道謝用語

Cảm ơn! 謝謝！

Xin cảm ơn! 謹謝謝！

Xin cảm ơn anh! 謹謝謝您！

Xin cảm ơn anh rất nhiều! 謹謝謝你很多！

Xin cảm ơn vì … 謹謝謝因為……

例如：謹謝謝因為「有你的幫忙」

Anh tốt quá! 你太好了！

Anh chu đáo quá! 你太周到了！

（三）針對道謝的回答

Không có gì / chi! 沒什麼！

Không có gì đâu! 沒什麼啦！

Đừng khách sáo! 別客氣！

Đừng bận tâm! 別費心！

Bài tám
第八課

Quốc tịch và ngôn ngữ:
Tôi là người
Đài Loan.

國籍與語言：我是臺灣人。

Cách nói về quốc tịch và ngôn ngữ　表示國籍和語言的方式

Cách dùng từ để hỏi: phải không　「是不是／是嗎？」問句的使用方式

Khả năng nói các loại ngoại ngữ　可以說外語種類的能力

I HỘI THOẠI 會話

Vivian: Xin lỗi, chị là người Việt Nam, phải không?

Hồng Anh: Vâng, tôi là người Việt Nam, còn chị, chị là người nước nào?

Vivian: Tôi là người Đài Loan. Chị biết nói tiếng Trung không?

Hồng Anh: Tôi nói được một chút tiếng Trung, tiếng Anh của tôi khá hơn.

中譯：

薇薇安：對不起，姐姐妳是越南人，是不是呢？

紅英：是的，我是越南人，那姐姐妳呢，妳是哪國人？

薇薇安：我是臺灣人，妳是不是會說中文呢？

紅英：我會說一點中文，我的英語說得比較好。

II TỪ VỰNG 詞彙

MP3-91

❶ người 人

❷ Việt Nam 越南

❸ phải không? 是嗎？

❹ vâng 是的

❺ nước 國

❻ nào 哪、何、什麼

❼ Đài Loan 臺灣

❽ biết 知道

❾ nói 說

❿ tiếng Trung 中文

⓫ một chút 一些些

⓬ tiếng Anh 英語

⓭ khá hơn 比較好

Ⅲ CHÚ THÍCH NGỮ PHÁP 文法解釋

（一）表達國家和語言的方式

表達哪國人的方式	表達語言的方式
Người（人）＋國名	Tiếng（語／文）＋國名
Người Đài Loan　臺灣人	Tiếng Trung　中文
Người Việt Nam　越南人	Tiếng Việt　越南語

（二）詢問會不會說中／英／越南／臺語的方式

1. Chị biết nói tiếng Trung không？　姐姐妳會說中文嗎？

2. Chị biết nói tiếng Anh không？　姐姐妳會說英語嗎？

3. Chị biết nói tiếng Việt không？　姐姐妳會說越南語嗎？

4. Chị biết nói tiếng Đài không？　姐姐妳會說臺語嗎？

→Có (biết), một chút.　會，一些些。

→Không biết.　不會。

（三）用「... phải không?」（……是不是／是嗎）的句型來詢問國籍

1. Anh là người Việt Nam, phải không？　你是越南人，是嗎？

2. Anh là người Đài Loan, phải không？　你是臺灣人，是嗎？

3. Anh là người Hàn Quốc, phải không？　你是韓國人，是嗎？

4. Anh là người Nhật Bản, phải không？　你是日本人，是嗎？

→ Phải.　是。

→ Không phải.　不是。

（四）問哪國人與會說什麼語言：

1. Bạn là người nước nào? Tôi là người Đài Loan.　你是哪國人？我是台灣人。

2. Bạn biết nói tiếng gì? Tôi biết nói tiếng Trung, tiếng Anh và một chút tiếng Việt.
   你會說什麼語言？我會說中文、英文與一點越南語。

（五）國旗與國家名稱

國名	表達哪國人的方式	表達語言的方式
Đài Loan 臺灣	Người Đài Loan 臺灣人	Tiếng Trung 中文
Việt Nam 越南	Người Việt Nam 越南人	Tiếng Việt 越南語
Hàn Quốc 韓國	Người Hàn Quốc 韓國人	Tiếng Hàn 韓語
Nhật Bản 日本	Người Nhật Bản 日本人	Tiếng Nhật 日語
Trung Quốc 中國	Người Trung Quốc 中國人	Tiếng Trung 中文
Thái Lan 泰國	Người Thái Lan 泰國人	Tiếng Thái 泰語
Ấn Độ 印度	Người Ấn Độ 印度人	Tiếng Ấn 印地語
Anh 英國	Người Anh 英國人	Tiếng Anh 英語

Pháp 法國	Người Pháp 法國人	Tiếng Pháp 法語
Nga 俄國	Người Nga 俄國人	Tiếng Nga 俄語
Đức 德國	Người Đức 德國人	Tiếng Đức 德語
Tây Ban Nha 西班牙	Người Tây Ban Nha 西班牙人	Tiếng Tây Ban Nha 西班牙語
Mỹ 美國	Người Mỹ 美國人	Tiếng Mỹ 美語
Úc 澳洲	Người Úc 澳洲人	Tiếng Anh 英語

（六）五大洲

MP3-93

Châu Á 亞洲	Châu Phi 非洲	Châu Âu 歐洲	Châu Mỹ 美洲	Châu Úc 澳洲（大洋洲）

Ⅳ LUYỆN TẬP 練習

（一）看圖說說，是哪裡人、什麼語言。

→ Anh　英國
→ người Anh　英國人
→ tiếng Anh　英語

❶ 越南（Việt Nam）
→ _____
→ _____

❷ 臺灣（Đài Loan）
→ _____
→ _____

❸ 中國（Trung Quốc）
→ _____
→ _____

❹ 美國（Mỹ）
→ _____
→ _____

❺ 日本（Nhật Bản）
→ _____
→ _____

❻ 泰國（Thái Lan）

→ _____

→ _____

❼ 法國（Pháp）

→ _____

→ _____

❽ 韓國（Hàn Quốc）

→ _____

→ _____

（二）請依照例句句型，試著將**畫線部分**用其他各種語文取代。

例句：

- Chị / Anh biết nói <u>tiếng Trung</u> không? 你會説中文嗎？

  → Tôi biết (một chút / nói khá / nói kém).

  我會（一些些 /（説）很好 /（説）很差）。

（三）請聽 MP3，對的打〇，錯的打 X。 MP3-94

❶ 聽看看他們是哪國人：

（　）Anh Thừa Hạo là người Đài Loan.

（　）Chị Vivian là người Việt Nam.

（　）Chị Mario là người Pháp.

（　）Cô Trinh Nghi là người Thái Lan.

（　）Anh Kim là người Hàn Quốc.

（　）Chị Michiko là người Nhật Bản.

❷ 聽看看他們是會講什麼語言：

（　　）Anh Thừa Hạo biết nói tiếng Hoa.
（　　）Chị Vivian biết nói tiếng Nga.
（　　）Chị Mario biết nói tiếng Anh.
（　　）Cô Trinh Nghi biết nói tiếng Hàn.
（　　）Anh Kim biết nói tiếng Thái Lan.
（　　）Chị Michiko biết nói tiếng Việt.

V THÀNH NGỮ, TỤC NGỮ, BÀI HÁT
成語、俗語、歌謠

Ăn cơm Tàu, ở nhà Tây, lấy vợ Nhật.
吃飯要吃中國飯，住房要住西洋房，娶妻要娶日本婆。

以前的越南人認為，中國料理豐富好吃，西洋樓房豪華氣派，日本女人賢良溫順，因此創造出此一俗語。對於「Tây」、「Nhật」，一般人容易理解為「西洋」、「日本」，但是為何越南人稱中國為「Tàu」？對此，一般越南人會表示，「Tàu」在越南語有輪船或車子的意義，而中國人大多是坐船或車子移民到越南，故稱其為「người Tàu」。其實真正的源由並非如此，而應由「Tàu」的漢越音來考證。據考證，「Tàu」的漢越音原意為「曹」，而「曹」的古意為「官署部門或官職」。西元 10 世紀前，越南曾長期受到中國

的統治與都護，中國人是統治階級，大多是官員，因此稱其為「người Tàu」，意即「當官的人」。

VI LÀM QUEN VỚI VĂN HÓA VIỆT NAM
認識越南文化

越南傳統服裝

　　越南有幾種傳統服裝至今仍十分常見，主要有「長衫」（Áo dài）、「四身衣」（Áo tứ thân），以及「三婆衣」（Áo bà ba）。

一、長衫（Áo dài）

　　大約出現於 18 世紀，由於甚能展現越南女子的輕盈飄逸體態，已成為公認的越南國服，其地位如同中國的旗袍，亦常用來作為女學生的校服（白色的）。越南長衫通常以絲綢類等質料輕薄的布料裁剪而成，特色為合身、高領、兩側開衩至腰際、長袖、衣長過膝，並搭配同色綢褲。由於其布料與兩側開衩裁剪方式，穿著時小腹與臀部線條若隱若現。

二、四身衣（Áo tứ thân）

　　大約出現於 12 世紀，是古時候越南北方女子的傳統日常服裝，主要由四個部分組成：1. 長度及地的外衣，並自腰部以下分成前後兩片衣擺，前衣擺又分成兩片，穿時可垂下，亦可結成衣結；2. 越式肚兜（Yếm）內衣；3. 長裙；4. 腰帶。目前四身襖雖已非日常衣服，惟在越南北方的廟會及民歌表演時，仍十分常見。

三、三婆衣（Áo bà ba）

又稱「鱉衣」，是古代越南鄉村，特別是南部地區常見的家居服裝。特色為衣短、無領、腰細、袖長而闊，非常適合炎熱氣候穿著，因此越南南方無論男人或女人，一年四季都喜穿黑色三婆衣和長褲，並於脖子上搭一條用作擦汗的線條毛巾。

Bài một 第一課
Bài hai 第二課
Bài ba 第三課
Bài bốn 第四課
Bài năm 第五課
Bài sáu 第六課
Bài bảy 第七課
Bài tám 第八課
Bài chín 第九課
Bài mười 第十課
Bài mười một 第十一課
Bài mười hai 第十二課
Phụ lục 附錄

Memo

Nghề nghiệp: Chị làm nghề gì?

職業：妳做什麼職業？

Cách giới thiệu mọi người với nhau 介紹別人相互認識的方式

Cách nói lịch sự khi mới quen 剛認識的客套用語

Cách nói về nghề nghiệp 說明職業的方式

Cách nói về nơi làm việc 說明工作地方的方式

I HỘI THOẠI 會話

Đình Nghi: Xin giới thiệu, đây là chị Trinh Nghi, còn đây là anh Thừa Hạo.

Thừa Hạo: Rất vui được gặp chị!

Trinh Nghi: Tôi cũng rất hân hạnh được gặp anh!

Thừa Hạo: Tôi là giáo viên, xin lỗi chị làm nghề gì?

Trinh Nghi: Tôi là bác sỹ, làm việc ở bệnh viện Việt Đức.

中譯：

亭宜：謹介紹，這是貞宜姐，而這是承浩哥。
承浩：很高興能見到（認識）妳！
貞宜：我也很榮幸能見到（認識）你！
承浩：我是教員，對不起妳做什麼職業？
貞宜：我是醫生，在越德醫院工作。

II TỪ VỰNG 詞彙

❶ xin 謹表示尊敬對方的語氣詞

❷ giới thiệu 介紹

❸ đây là 這是

❹ hân hạnh 榮幸

❺ giáo viên 教員

❻ làm / làm việc 做事、工作

❼ nghề / nghề nghiệp 職業

❽ bác sỹ 醫生

❾ ở 在

❿ bệnh viện 醫院（病院）

Ⅲ CHÚ THÍCH NGỮ PHÁP 文法解釋

（一）Xin（謹）

語氣詞，表示尊敬對方，通常用於正式場合，或是向輩分、年齡較高者說話時。一般會在問好、再見、介紹、請吃飯等時機使用。

- <u>Xin</u> giới thiệu. 謹介紹。
- Tôi <u>xin</u> giới thiệu. 我謹介紹（謹向你介紹）。
- <u>Xin</u> lỗi! 對不起（如按字面為「謹錯誤」，意即「對不起」）！

「ạ」是下對上，或是禮貌客套與表示尊敬時之語氣詞。

- Xin cảm ơn <u>ạ</u>! 感謝啊！
- Xin lỗi <u>ạ</u>! 對不起啊！

（二）介紹別人相互認識的方式

- Xin giới thiệu, đây là ＋ tên (đại từ nhân xưng ＋ tên).
  ＝謹介紹，這是＋名字（人稱代名詞＋名字）。

  1. Xin giới thiệu, đây là Thừa Hạo.
     謹介紹，這是承浩。

  2. Xin giới thiệu, đây là anh Thừa Hạo.
     謹介紹，這是承浩先生。

- Rất vui (hân hạnh) được gặp (làm quen với) bạn.
  很高興（榮幸）能見到（認識）你。

  1. Rất vui được gặp bạn.
     很高興能見到你。

  2. Rất hân hạnh được làm quen với bạn.
     很榮幸能認識你。

（三）表達職業

- Làm gì? 做什麼的？
- Anh (chị) làm gì? 你做什麼的？
- Làm nghề gì? 做什麼職業的？
- Anh (chị) làm nghề gì? 你做什麼職業的？

→ Tôi là giáo viên. 我是教員。
→ Tôi là bác sỹ. 我是醫生。

→ Tôi làm giáo viên. 我做教員。
→ Tôi làm bác sỹ. 我做醫生。

（四）說明工作地點的方式

ở＋地方（在＋地方）

- Tôi làm việc ở bệnh viện. 我在醫院工作。
- Tôi làm việc ở Việt Nam. 我在越南工作。

IV LUYỆN TẬP 練習

（一）請運用例句句型，並使用以下的職業名詞，來提問與回答。 　　MP3-97

例句： ● Bạn làm nghề gì? 你做什麼職業？

　　　　→ Tôi làm (là)_____. 我做（是）～。

bác sỹ (sĩ)	醫生
họa sỹ (sĩ)	畫家
ca sỹ (sĩ)	歌手
nha sỹ (sĩ)	牙醫
y tá	護士
luật sư	律師
kỹ sư	技師
cảnh sát / công an	警察
nhà báo	記者
nhân viên	職員
giáo viên	老師
lái xe (noun / verb)	司機、駕駛
công nhân	工人
nông dân	農民
thương nhân	商人
người mẫu	模特兒
tiếp viên hàng không	空服員
thư ký	祕書
nội trợ	家庭主婦（內助）
nghiên cứu sinh	研究生
sinh viên	大學生
học sinh	學生
giảng viên	講師

Nghề nghiệp: Chị làm nghề gì? **111**
職業：妳做什麼職業？

第一課 Bài một
第二課 Bài hai
第三課 Bài ba
第四課 Bài bốn
第五課 Bài năm
第六課 Bài sáu
第七課 Bài bảy
第八課 Bài tám
第九課 Bài chín
第十課 Bài mười
第十一課 Bài mười một
第十二課 Bài mười hai
附錄 Phụ lục

trợ lý giáo sư	助理教授
phó giáo sư	副教授
giáo sư	教授
nhân viên nghiệp vụ	業務員
kiến trúc sư	建築師
phát thanh viên	播報員
kế toán	會計師
đầu bếp	廚師
ông chủ / bà chủ	老闆 / 老闆娘
biên dịch viên	編譯員

（二）請運用例句句型，並使用以上職業名詞＋「phải không」，
　　　來提問與回答。

例句：

● Anh là nhà báo phải không? 你是記者，是嗎？

　→ Phải, tôi là nhà báo. 是的，我是記者。

　→ Không phải, tôi là giáo viên. 不是，我是教師。

（三）請聽 MP3，對的打○，錯的打 X。 MP3-98

（　　）Chị Trinh Nghi là giáo viên.

（　　）Anh Thừa Hạo không phải là sinh viên.

（　　）Anh Nam là cảnh sát.

（　　）Chị Đình Nghi là tiếp viên hàng không.

（　　）Anh Việt là nha sỹ.

Ⓥ THÀNH NGỮ, TỤC NGỮ, BÀI HÁT
成語、俗語、歌謠

MP3-99

Một nghề thì sống, đống nghề thì chết.
精一藝則成，通多藝則敗。（百藝通不如一藝精）

　　這句成語表示如果只精通一種技藝，就很容易討生活；如果知道很多技藝，則反而不知該走哪一行才好。

VI LÀM QUEN VỚI VĂN HÓA VIỆT NAM
認識越南文化

Hà Nội 36 phố phường
河內 36 街坊（36 古街）

　　在越南一提到各行各業，就很容易聯想到觀光客必定造訪的景點——「Hà Nội 36 phố phường」（河內 36 街坊）。因為這個古街坊的特色之一，就是以技藝名稱或販售商品種類作為街道名稱。例如，「phố Hàng Mã」（冥貨街）販製冥紙、「Hàng Tre」（竹貨街）販製竹器、「Hàng Thiếc」（錫貨街）販製錫器、「Hàng Bông」（棉貨街）販製棉貨、「Thuốc Bắc」（中藥街）販製中藥等等。所以，從這些街道名稱，即可想像出越南古時候的商業行為與工藝文化特色。而這種集中販售的商業行為，也反映了一句越南俗語「Buôn có bạn, bán có phường」（販有伴，售有坊）。當然，隨著時代改變，物換星移，有些

街道裡的商店已不再從事原有行業，有些則已失去其名，例如「phố Hàng Quạt」（傘貨街）現在主要賣祭祀用品、「Hàng Buồm」（帆布街）現在主要賣糖果零食、「Hàng Đàn」（琴器街）現已失去名稱。未來如果大家有機會到越南河內觀光，記得要去 36 街坊走走看看，特別要好好比照街名與販售之商品喔！

Số đếm:
Số điện thoại của bạn là bao nhiêu?

數字：你的電話號碼是多少？

Cách sử dụng 1-100 số đếm trong tiếng Việt
越南語數字 1 ～ 100 的使用方式

Cách hỏi và trả lời số điện thoại 詢問與回答電話號碼

Cách dùng "mấy" và "bao nhiêu" 「幾」與「多少」的使用方式

Đình Nghi: Thừa Hạo ơi, số điện thoại của bạn là bao nhiêu?

Thừa Hạo: Số di động của mình là 0930.016.026.

Đình Nghi: Bạn có số điện thoại của Trinh Nghi không?

Thừa Hạo: Để mình xem nhé, số của Trinh Nghi là 0924.111.924.

Đình Nghi: Cảm ơn bạn.

中譯：

亭宜：承浩，你的電話號碼是多少？

承浩：我的手機號碼是 0930-016-026。

亭宜：你有貞宜的電話號碼嗎？

承浩：讓我看看，貞宜的號碼是 0924-111-924。

亭宜：謝謝你。

❶ số 號碼

❷ điện thoại 電話

❸ của 的（所有格）

❹ mình – bạn 我 – 你（朋友之間稱呼）

❺ bao nhiêu 多少

❻ di động 手機

❼ không 沒有、零、嗎

❽ để 讓

❾ xem 看

❿ nhé 喔（語氣詞，讓語氣較和緩）

（一）「0-1.000.000（không – 1 triệu）」的越南語數字

MP3-102

Số đếm 0 ～ 10

không 0	bốn 4	tám 8
một 1	năm 5	chín 9
hai 2	sáu 6	mười 10
ba 3	bảy / bẩy 7	

Mười + số đếm（11 ～ 19）

mười một 11	mười bốn 14	mười bảy 17
mười hai 12	mười lăm 15	mười tám 18
mười ba 13	mười sáu 16	mười chín 19

Số đếm + mươi（20 ～ 99）

hai mươi 20	hai (mươi) lăm / nhăm 25	ba mươi 30
hai (mươi) mốt 21	hai (mươi) sáu 26	...
hai (mươi) hai 22	hai (mươi) bảy 27	chín mươi chín 99
hai (mươi) ba 23	hai (mươi) tám 28	
hai (mươi) bốn / tư 24	hai (mươi) chín 29	

注意：

最後一個數字為 1 時，唸成「mốt」：21、31、⋯⋯91

最後一個數字為 4 時，唸成「tư」：24、34、⋯⋯94

最後一個數字為 5 時，唸成「lăm」：15

最後一個數字為 5 時，唸成「lăm / nhăm」：25、35、⋯⋯95

Số đếm + trăm（100 ～ 900）	
một trăm 100	...
hai trăm 200	chín trăm 900

Số đếm（數字）＋ nghìn / ngàn（千）	
một nghìn / ngàn 1.000	một trăm ngàn 100.000

（二）詢問與回答電話號碼

● Số điện thoại của bạn là bao nhiêu?
  你的電話號碼是多少？

  → Số điện thoại của tôi là ...
    我的電話號碼是……

（三）「幾」與「多少」的使用方式

Mấy 幾（用在 1 ～ 10 的數字）
Bao nhiêu 多少（用在 10 以上的數字）

● Em mấy tuổi? 你幾歲？

  → Em 9 tuổi. 我 9 歲。

● Ông bao nhiêu tuổi ạ? 爺爺您多少歲？

  → Tôi 70 tuổi rồi. 我 70 歲了。

IV LUYỆN TẬP 練習

（一）請將以下阿拉伯數字，改寫成越南語的數字。

例：12 →　　mười hai

❶ 3 → _____

❷ 43 → _____

❸ 99 → _____

❹ 28 → _____

❺ 64 → _____

❻ 95 → _____

❼ 58 → _____

❽ 74 → _____

❾ 81 → _____

❿ 17 → _____

⓫ 75 → _____

⓬ 100 → _____

（二）從 1 ～ 100 當中，挑選一個數字，用越南語說出來，
　　　並讓其他同學寫在下面格子裡。

（三）請回答下列問題。

Q：Số điện thoại của bạn là bao nhiêu?

A：_____

Q：Xin lỗi, bạn bao nhiêu tuổi?

A：_____

（四）輪流數一數，看看班上有多少人？

Ⅴ THÀNH NGỮ, TỤC NGỮ, BÀI HÁT
成語、俗語、歌謠

MP3-103

Tập đếm
數數

Nhạc và lời: Hoàng Công Sử　　詞曲 黃功史

Nào các bạn cùng ra đây, ta hát chung một bài nào!
各位朋友來這裡，我們一起唱首歌！

Nào các bạn cùng giơ tay ta đếm cho thật đều.
各位朋友舉起手，我們仔細數一數。

Một với một là hai, hai thêm hai là bốn.
1 加 1 等於 2，2 加 2 是 4。

Bốn với một là năm, năm ngón tay sạch đều.
4 加 1 等於 5，五根手指頭都乾淨。

Ⅵ LÀM QUEN VỚI VĂN HÓA VIỆT NAM
認識越南文化

越南人喜歡（習慣）問人家幾歲？

越南青年現在也跟世界所有國家的青年一樣，除了會問你的電話號碼外，也會相互詢問其他通訊軟體的帳號，例如 Facebook、Viber、Zalo、Line、Hangout……。

受越南語「使用輩分作為人稱代名詞」的影響，越南人在與人初認識時，會有先介紹自己的年齡並詢問對方歲數的習慣，這是為了弄清楚彼此的稱呼。此外，越南傳統老一輩的人常喜歡問一些私密問題並有追問到底的習慣，例如幾歲了，然後問有沒有男朋友、女朋友了？什麼時候成家啊？工作收入好不好啊？哪個地方的人啊？父母做什麼啊？家中有幾個人啊？這些都是他們表達對你關心的態度，但是這些問題總是會讓許多外國人不習慣，因為有些實屬私密問題，不過請不要在意。

Bài một 第一課
Bài hai 第二課
Bài ba 第三課
Bài bốn 第四課
Bài năm 第五課
Bài sáu 第六課
Bài bảy 第七課
Bài tám 第八課
Bài chín 第九課
Bài mười 第十課
Bài mười một 第十一課
Bài mười hai 第十二課
Phụ lục 附錄

Memo

Bài mười một
第十一課

Hỏi giờ:
Mấy giờ rồi?

問時間：幾點了？

Cách hỏi về thời gian: giờ / phút / giây 問時間的方式：時 / 分 / 秒

Cách hỏi mấy giờ làm gì 表達幾點要做什麼的方式

Cách nói giờ đúng, rưỡi, kém 表達「整」、「半」、「差點」的方式

Cách dùng từ lúc, khoảng 使用「時候 / 在」、「大約」的方式

I HỘI THOẠI 會話

Đình Nghi:　Anh Thừa Hạo ơi,
　　　　　　bây giờ (là) mấy giờ rồi?

Thừa Hạo:　Bây giờ là 12 giờ 10 rồi.

Đình Nghi:　Cảm ơn anh. Thế mấy giờ
　　　　　　anh đi học tiếng Việt?

Thừa Hạo:　Anh học tiếng Việt lúc 1 giờ
　　　　　　20 chiều.

Đình Nghi:　Mấy giờ chúng ta có thể cùng
　　　　　　đi ăn tối?

Thừa Hạo:　Khoảng 7 giờ nhé!

中譯：

亭宜：承浩哥，現在是幾點了？

承浩：現在是 12 點 10 分了。

亭宜：謝謝你，那你幾點去學越南語？

承浩：我學越南語是下午 1 點 20 分。

亭宜：幾點我們可以一起吃晚餐？

承浩：大約 7 點吧。

II TỪ VỰNG 詞彙

❶ giờ　時、點

❷ phút　分

❸ giây　秒

❹ rồi　了（表完成式）

❺ bây giờ　現在

❻ thế　這樣、那麼

❼ đi học　上學

❽ lúc　在（時間）、那時、時候

❾ chiều　下午

❿ cùng　一起

⓫ khoảng　大約、大概

III CHÚ THÍCH NGỮ PHÁP 文法解釋

（一）越南人說時間的習慣順序

giờ – phút – giây 時 – 分 – 秒

giờ	phút	giây
10 giờ	20 phút	10 giây
10 點	20 分	10 秒

- Mấy giờ rồi? 幾點了？
  → 10 giờ 20 (phút) (rồi). 10 點 20（分了）。

- Bây giờ là mấy giờ rồi? 現在是幾點了？
  → Bây giờ là 10 giờ 20 (phút) (rồi). 現在是 10 點 20（分了）。

（二）正確表達時間的方式

09:00 9 giờ (9 giờ đúng) 9 點（9 點整）

09:10 9 giờ 10 (phút) 9 點 10 分

09:30 9 giờ 30 phút (9 giờ rưỡi) 9 點 30 分（9 點半）

09:50 9 giờ 50 phút (10 giờ kém 10) 9 點 50 分（差 10 分到 10 點）

（三）一天

Một ngày 一天

- (buổi) sáng 早上
- (buổi) trưa 中午

- (buổi) chiều 下午
- (buổi) tối 晚上
- (ban) đêm 半夜

（四）我的一天

1 ngày của tôi 我的一天

Sáng 早上

- ngủ dậy 起床
- rửa mặt 洗臉
- đánh răng 刷牙
- ăn sáng 吃早餐
- đi học 上學
- đi làm 上班

Trưa 中午

- ăn trưa 吃午餐

Chiều 下午

- đi uống cà phê 去喝咖啡
- đi thư viện 去圖書館
- về nhà 回家

Tối 晚上

- ăn tối 吃晚餐
- học bài 讀書
- lên mạng 上網
- thể dục 運動
- đi ngủ 去睡覺

（五）提問與回答幾點做什麼

- Mấy giờ bạn đi học? 你幾點上課？
- Bạn đi học lúc mấy giờ? 你去上課在幾點？

→ Tôi đi học lúc 8 giờ. 我 8 點去上課。（我去上課在 8 點的時候。）

IV LUYỆN TẬP 練習

（一）問時間：請兩個人一組，運用例句，互相詢問時間。

例 1：Mấy giờ rồi, bạn? 朋友，幾點了？

　　　→ Tám giờ rồi. 8 點了。

例 2：Bạn ơi, bây giờ là mấy giờ rồi? 朋友，現在是幾點了？

　　　→ Bây giờ là tám giờ đúng. 現在是 8 點整。

❶ 12 giờ đúng / cô Hương

A：_____

B：_____

❷ 10 giờ 20 / ông

A：_____

B：_____

❸ 11 giờ kém 15 / chị

A：_____

B：_____

❹ 7 giờ rưỡi / anh

A：_____

B：_____

（二）請回答下列問題。

❶ Bạn thường ăn sáng lúc mấy giờ?

　　→ _____

❷ Bạn thường đi học lúc mấy giờ?

　　→ _____

❸ Bạn thường ăn trưa lúc mấy giờ?

　　→ _____

❹ Bạn thường đi thư viện lúc mấy giờ?

　　→ _____

❺ Bạn thường ăn tối lúc mấy giờ?

　　→ _____

❻ Bạn thường lên mạng lúc mấy giờ?

　　→ _____

❼ Bạn thường đi ngủ lúc mấy giờ?

　　→ _____

（三）請描述你一天的行程。

_____

_____

_____

_____

_____

MP3-107

Đi hỏi già về nhà hỏi trẻ.
出外問長者，回家問稚子。

　這句越南俗語教我們要從兩種人那邊獲得資訊：當要出門到外地時，要先多請教長者，因為他們有比較豐富的經驗，可以從中學習；而回到家裡，想知道家中發生的事情，就應該問問稚子，因為他們比較天真，不會隱瞞，家中發生什麼事情，都會說出來。

Ⅵ LÀM QUEN VỚI VĂN HÓA VIỆT NAM
認識越南文化

越南應答禮節

　　越南傳統文化中，非常重視與長輩說話的禮節，要慎重使用與彼此年齡、身分等相符合的輩分稱呼語，因此在句尾一定要加上表示尊敬、禮貌的語氣詞「ạ」，至於回答「是的」時則常使用「vâng」、「dạ」、「vâng ạ」、「dạ vâng」等等。而除了說話要小心用詞外，越南的小孩子與長輩說話時，常需要抱手躬身以示有禮貌。

　　越南人很講究禮節，由於種族也十分多元，因此產生許多不同的禮儀傳統。其中最基本的是見了面要打招呼問好，對尊長更要使用正確的敬稱並先稱呼對方。

　　說到打招呼，越南與一般東方人一樣，通常以敬禮鞠躬表示對對方的尊敬，但較容易讓臺灣人誤會的是，當越南人站直且雙手交叉抱在胸前微微彎腰時，也是表達對受禮者的尊敬與認同，而非故意挑釁。

Gia đình:
Gia đình tôi có 5 người.

家庭：我家有５個人。

Cách hỏi ai đây = đây là ai 問「這是什麼人」的方式

Cách dùng đây là / kia là / đó là... 「這是/那是」的用法

Cách giới thiệu về những thành viên trong gia đình
介紹「家庭成員」的方式

Cách hỏi về tuổi 問「年齡」的方式

I HỘI THOẠI 會話

Hải Anh: (*Xem ảnh*) Ôi, gia đình bạn thật đông người!

Thừa Hạo: Ừ - nhà mình có 5 người.

Hải Anh: (*Chỉ ảnh*) Đây là ai thế?

Thừa Hạo: Đây là ba mình, còn đây là mẹ và 2 em gái sinh đôi.

Hải Anh: Hai em gái bạn thật dễ thương, bé mấy tuổi rồi?

Thừa Hạo: Hai em gái mình đã 7 tuổi rồi.

中譯：

海英：（看照片）哇，你家裡人口真的很多！
承浩：對啊，我家有 5 個人。
海英：（指照片）這位是誰啊？
承浩：這位是我爸爸，而這是我媽媽和兩個雙胞胎妹妹。
海英：你兩個妹妹真可愛，她們幾歲了？
承浩：我兩個妹妹已經 7 歲了。

II TỪ VỰNG 詞彙

❶ ôi 感嘆詞

❷ gia đình – nhà 家庭 – 家

❸ thật 真（的）

❹ đông / đông người 很多的樣子、擁擠（人很多）

❺ ai 誰（Ai thế? / Ai đấy? 誰啊）

❻ bố / ba 爸爸（北 / 南越用語）

❼ mẹ / má 媽媽（北 / 南越用語）

❽ em gái 妹妹

❾ sinh đôi 雙胞胎

❿ dễ thương 可愛

⓫ mấy – bao nhiêu 幾 – 多少

（10 以下的數字用「mấy」，10 以上的數字用「bao nhiêu」）

⓬ tuổi 年齡

⓭ đã – đang – sẽ 已經 – 正在 – 將會

⓮ ảnh / hình 照片

Bài một 第一課
Bài hai 第二課
Bài ba 第三課
Bài bốn 第四課
Bài năm 第五課
Bài sáu 第六課
Bài bảy 第七課
Bài tám 第八課
Bài chín 第九課
Bài mười 第十課
Bài mười một 第十一課
Bài mười hai 第十二課
Phụ lục 附錄

III CHÚ THÍCH NGỮ PHÁP 文法解釋

（一）「Ai」（誰）的用法

- Đây là ai? (Ai đây) 這是誰？
- Kia là ai? (Ai kia) 那邊是誰？
- Đấy là ai? (Ai đấy) 那是誰？
- Đó là ai? (Ai đó) 那個是誰？

（二）家庭成員　　　MP3-110

1. Ông nội – Bà nội 爺爺－奶奶
   Ông ngoại – Bà ngoại 外公－外婆

2. Bố / Ba 爸爸（北／南越用語）
   Mẹ / Má 媽媽（北／南越用語）

3. Chồng – Vợ 先生－太太
   Ông xã – Bà xã 丈夫（老公）－妻子（老婆）
   Con trai 兒子
   Con gái 女兒
   Cháu trai 孫子、侄子、外甥
   Cháu gái 孫女、侄女、外甥女

4. Anh trai　哥哥

　　Chị gái　姐姐

　　Em gái　妹妹

　　Em trai　弟弟

5. Anh họ (bên) nội / (bên) ngoại　堂哥、表哥

　　Chị họ (bên) nội / (bên) ngoại　堂姐、表姐

　　Em họ (bên) nội / (bên) ngoại　堂弟、表弟 / 堂妹、表妹

6. Con dâu　媳婦

　　Con rể　女婿

7. 介紹家庭成員：「Đây là ... + của tôi」（這是我的⋯⋯）。例如：

　　Đây là ba của tôi.

　　這是我爸爸。

（三）「Vị trí trong gia đình」（家庭排輩）的用法

- Con cả　長子 / 長女（南越稱長子為「con lớn」）
- Con thứ 2, 3, 4 ...　次子、三子、四子⋯⋯
- Con út　老么、么兒
- Con một　獨生子 / 獨生女
- Một con　一個小孩
- Con nuôi　養子

IV LUYỆN TẬP 練習

家庭成員

	Ông Chương 爺爺	Bà Chi 奶奶	
Chị Như 大姐	Anh Vỹ 先生	Chị Hương 太太	Anh Khang 弟弟
	Bé Hao 兒子	Bé Nghi 女兒	

（一）請在下列空格中，填入上面表格中的家族成員。

❶ Ông Chương là _____ của bà Chi.

❷ Bà Chi là _____ của ông Chương.

❸ Anh Vỹ và anh Khang là _____ của ông Chương và bà Chi.

❹ Chị Như là _____ của ông Chương và bà Chi.

❺ Chị Như là _____ của anh Vỹ và anh Khang.

❻ Anh Vỹ là _____ của chị Như và là _____ của anh Khang.

❼ Anh Khang là _____ của chị Như và anh Vỹ.

❽ Chị Hương là _____ của anh Vỹ.

❾ Anh Vỹ là _____ của chị Hương.

❿ Bé Hao là _____ của ông Chương và bà Chi.

⓫ Bé Nghi là _____ của ông Chương và bà Chi.

第一課 Bài một
第二課 Bài hai
第三課 Bài ba
第四課 Bài bốn
第五課 Bài năm
第六課 Bài sáu
第七課 Bài bảy
第八課 Bài tám
第九課 Bài chín
第十課 Bài mười
第十一課 Bài mười một
第十二課 Bài mười hai
附錄 Phụ lục

（二）請回答下列問題。

例子：Chị Hương là ai?　香姐是誰？

　　　Chị Hương là vợ anh Vỹ.　香姐是偉哥的太太。

❶ Ông Chương là ai?

→ _____

❷ Bà Chi là ai?

→ _____

❸ Chị Như là ai?

→ _____

❹ Anh Vỹ là ai?

→ _____

❺ Chị Hương là ai?

→ _____

❻ Anh Khang là ai?

→ _____

❼ Bé Hao là ai?

→ _____

❽ Bé Nghi là ai?

→ _____

Ⓥ THÀNH NGỮ, TỤC NGỮ, BÀI HÁT
成語、俗語、歌謠

Cả nhà thương nhau
全家相親相愛

Nhạc và lời: Phan Văn Minh 詞曲：潘文明

Ba thương con vì con giống mẹ.
爸爸愛我，因為我像媽媽。

Mẹ thương con vì con giống ba.
媽媽愛我，因為我像爸爸。

Cả nhà ta đều thương yêu nhau.
我們全家都很相親相愛。

Xa là nhớ gần nhau là cười.
離遠會想念，相聚就歡笑。

越南人的家庭

　　一般典型的越南家庭包含三個世代，爺爺奶奶、爸爸媽媽，以及小孩，這也稱為「三代同堂」。此外，也有一些個別情況是四個世代，稱為「四代同堂」，或五個世代稱為「五代同堂」。有別於西方社會，在越南一個長大或結了婚的成人，如想獨自生活，最好先徵求父母親或爺爺奶奶的同意。

　　大部分越南青年的結婚年齡，約是大學畢業開始工作後的 23 至 25 歲，在農村則較此年齡為早。由於越南是發展中國家，因此政府鼓勵每個家庭只生 1 到 2 個小孩。按越南多數家庭的觀念，如果生得男孩，就等同有人可以傳宗接代。因此，男孩比女孩受到重視、長男在家中的權力很大，類似的重男輕女現象仍然普遍存在於許多地方。

第一課
第二課
第三課
第四課
第五課
第六課
第七課
第八課
第九課
第十課
第十一課
第十二課
附錄

Memo

Phụ lục
附錄

Bảng gõ chữ tiếng Việt
越南語輸入法表（Vietkey 軟體）

特殊字

ă　則鍵盤輸入 aw		ă = aw
â　則鍵盤輸入 aa		â = aa
đ　則鍵盤輸入 dd		đ = dd
ê　則鍵盤輸入 ee		ê = ee
ô　則鍵盤輸入 oo		ô = oo
ơ　則鍵盤輸入 ow		ơ = ow
ư　則鍵盤輸 uw		ư = uw

聲調

銳聲	á	則鍵盤輸入 s	á = as
玄聲	à	則鍵盤輸入 f	à = af
問聲	ả	則鍵盤輸入 r	ả = ar
跌聲	ã	則鍵盤輸入 x	ã = ax
重聲	ạ	則鍵盤輸入 j	ạ = aj

注意：

字母輸入完畢之後才輸入聲調。

例如：越南 →Việt nam = Vieetj Nam；臺灣 →Đài Loan = DDaif Loan。

第一課 Bài một
第二課 Bài hai
第三課 Bài ba
第四課 Bài bốn
第五課 Bài năm
第六課 Bài sáu
第七課 Bài bảy
第八課 Bài tám
第九課 Bài chín
第十課 Bài mười
第十一課 Bài mười một
第十二課 Bài mười hai

Phụ lục 2 附錄 2

Bảng so sánh phát âm Nam – Bắc
南北越尾音發音比較表

Orthography 拼字	Hà nội 河內	Sài gòn 西貢胡志明市
d	z	j
gi	z	j, tr c
h	h	h, w b
qu	kw	(k)w
r	z	r
s	x	s
tr	ch, z	tr
v	v	(v), j

Orthography 拼字	Hà nội 河內	Sài gòn 西貢胡志明市
ach	ăch	ăt
ai	aj	aj
an	an	ang
anh	ănh	ăn
at	at	ak
ay	ăj	aj = ai
ăn	ăn	ăng
âc	âk	âk, ɯk b

ân	ân	âng, ưng b
âng	âng	âng, ưng b
ât	ât	âk, uk b

en	en	eâng
eng	eng	eâng
et	et	eâk
êch	êch	êt
ênh	ênh	ên

Orthography 拼字	Hà nội 河內	Sài gòn 西貢胡志明市
ich	ich	it
iêm	iêm	im
iên	iên	iâng
iêp	iêp	ip
iêt	iêt	iâk
iêu	iêw	iw
inh	inh	in

oach	wăch	wăt
oan	wan	wang
oanh	wănh	wăn
oat	wat	wak
oay	wăj	waj = oai (waj)

oăn	wăn	wăng = oăng (wăng)
oăt	wăt	wăk
oen	wen	weâng
oet	wet	weâk
oi	oj	ô(â)j
on	on	ong = ong
ot	ot	ok
ôn	ôn	ông = ông
ôt	ôt	ôk
ơn	ơn	ơng
ơt	ơt	ơk

uân	wân	wưng
uâng	wâng	wưng
uât	wât	wưk
uêch	wêch	wêt
uênh	wênh	wên
uôi	uôj	uj
uôm	uôm	um
uôn	uôn	uâng
uông	uâng	uâng
uôt	uôt	uâk
ươn	wơn	wơng

ươt	wơt	wơk
uych	wich	wit
uyên	wiên	wiâng
uyêt	wiêt	wiâk
uynh	winh	win
ưn	ưn	ưng
ưng	ưng	ưng
ươc	ươk	ưâk
ươi	ươi	ưj
ươm	ươm	ưm
ươn	ươn	ưâng
ương	ương	ưâng
ươp	ươp	ưp
ươt	ươt	ưâk
ươu	iêu	ưw
ưt	ưt	ưk
ưu	iu	ưw

yêm	iêm	im
yên	iên	iâng
yêt	iêt	iâk
yêu	iêw	iw

參考資料：

THOMPSON, Lawrence C. 1987 A Vietnamese reference grammar (Previously published as Mon-Khmer Studies XIII-XIV ed.). Honolulu, University of Hawaíii Press

Giải pháp cho thực hành　練習解答

XII LUYỆN TẬP　練習

（一）請聽 MP3，圈出正確的答案。

❶	be	bi
❷	kê	ke
❸	đa	đê
❹	khi	ki
❺	nhe	nhê
❻	nghe	nghê
❼	tri	tre

（二）請聽 MP3，圈出正確的答案。

❶	bo	bô
❷	bơ	bư
❸	chu	chư
❹	do	dô
❺	đu	đư
❻	ngô	ngo
❼	tru	trư

（三）請聽 MP3，圈出正確的答案。

❶	nam	năm
❷	lâm	lam
❸	đan	đăn
❹	lan	lân
❺	man	măn
❻	ban	bân
❼	dân	dan

（四）請聽 MP3，圈出正確的答案。

❶ hom   hôm
❷ gơm   gom
❸ chon   chôn
❹ khon   khơn
❺ ghem   ghêm
❻ hen   hên
❼ sum   sưm
❽ phun   phưn
❾ ban   bang
❿ khan   khanh
⓫ nhon   nhong
⓬ ngôn   ngông
⓭ đun   đung
⓮ thưn   thưng
⓯ treng   tren
⓰ xin   xinh

Bài ba 第三課 P49

XI LUYỆN TẬP 練習

（一）請聽 MP3，圈出正確的答案。

❶ khai   khây
❷ phai   phây
❸ đau   đâu
❹ ngao   ngâu
❺ quan   quang
❻ thăn   thăng
❼ sân   sâng
❽ tron   trong
❾ khôn   không
❿ nghen   ngheng
⓫ rom   rôm

（二）請聽 MP3，圈出正確的答案。

❶ moi　　　　　môi
❷ khôi　　　　 khơi
❸ nghi　　　　 nghe
❹ phê　　　　　phe
❺ kin　　　　　ken
❻ nhen　　　　 nhên
❼ tin　　　　　tinh
❽ dên　　　　　dênh

（三）先朗讀以下的詞彙，之後聽 MP3，選出正確的詞彙。

❶ cái tay　　　　　cái tai
❷ đám may　　　　 đám mây
❸ quả cao　　　　　quả cau
❹ lâu lâu　　　　　lau lau
❺ lan man　　　　　lang mang
❻ thịt thăn　　　　 thịt than
❼ nhân dân　　　　 nhâng dâng
❽ con on　　　　　 con ong
❾ chiếc hôn　　　　chiếc hông
❿ khen ngợi　　　　kheng ngợi
⓫ lom khom　　　　lôm khôm
⓬ sớm mai　　　　 sốm mai
⓭ oi bức　　　　　 ôi bức
⓮ lời nói　　　　　lồi nói
⓯ ti hí　　　　　　te hé
⓰ me say　　　　　mê say
⓱ tin lời　　　　　 tên lời
⓲ tình hình　　　　tìn hìn
⓳ bập bênh　　　　bập bên

XIV LUYỆN TẬP 練習

（一）請聽 MP3，圈出正確的答案。

① bia   biêu
② chiên   chiêng
③ nhoa   nhoe
④ meo   mêu
⑤ sun   sum
⑥ rum   rung
⑦ khưm   khưng
⑧ nguy   nguê
⑨ xuê   xuân
⑩ luôn   luông
⑪ thươn   thương
⑫ toai   toay
⑬ loan   loang
⑭ loăng   loang
⑮ khuân   khuyên
⑯ xuân   xuyên
⑰ vươn   vương

（二）請聽 MP3，圈出正確的答案。

① cái tay   cái tai
② chai bia   chai biêu
③ con dao   con dau
④ băng khoăng   băn khoăn
⑤ trân trọng   trâng trọng
⑥ cong hổ   con hổ
⑦ tiếng Việt   tiến Việt
⑧ nheo nhóc   nhêu nhóc
⑨ lun tun   lung tung

⑩	tưng bừng	tưn bừn
⑪	mua bán	mưa bán
⑫	nguy hiểm	nguê hiểm
⑬	suôn sẻ	suông sẻ
⑭	thươn yêu	thương yêu
⑮	khoai loan	khoai lang
⑯	loai hoai	loay hoay
⑰	khoe khoang	khoe khoan
⑱	loăng quăng	loăn quăng
⑲	luâng phiên	luân phiên
⑳	vay mượng	vay mượn

Bài một 第一課
Bài hai 第二課
Bài ba 第三課
Bài bốn 第四課
Bài năm 第五課
Bài sáu 第六課
Bài bảy 第七課
Bài tám 第八課
Bài chín 第九課
Bài mười 第十課
Bài mười một 第十一課
Bài mười hai 第十二課
Phụ lục 附錄

Ⅸ LUYỆN TẬP 練習

（一）寫出「輔音」和「元音／韻母」符合的組合。

	a	o	ô	i	e	ê	ua	uê	uy
c	ca	co	cô						
k				ki	ke	kê			
q							qua	quê	quy

（二）選「g」或「gh」，看何者能搭配，符合的打〇。

g	gh	
g		a
g		ă
g		â
	gh	e
	gh	ê
	gh	i
g		o
g		ô
g		ơ
g		u
g		ư

（三）選「ngh」或「ng」，看何者能搭配，符合的打〇。

ng	ngh	
ng		a
ng		ă
ng		â
	ngh	e
	ngh	ê
	ngh	i
ng		o
ng		ô
ng		ơ
ng		u
ng		ư

Bài sáu 第六課 P83

IV LUYỆN TẬP 練習

（一）請將 _____ 替換成「不同的人稱代名詞」或「同學的名字」。（僅供參考）

❶ Chào __anh__！你好！

❷ Chào __chị__！妳好！

❸ Chào __em__！你好！

❹ Chào __cô__！妳好！

❺ Chào __bạn__！你好！

❻ Chào __ông__！您好！

❼ Chào __bà__！您好！

❽　Chào ＿＿＿（同學的名字）！同學的名字

❾　Chào ＿＿＿（同學的名字）！同學的名字

❿　Chào ＿＿＿（同學的名字）！同學的名字

（二）填空：（僅供參考）

❶　Chào ＿anh＿！你好！

❷　Chào ＿chị＿！妳好！

❸　Tôi là ＿Ngô Thừa Hạo＿. 我是吳承浩。

❹　Tôi là ＿Nguyễn Hải Anh＿. 我是阮海英。

❺　＿Rất＿ ＿vui＿ được gặp ＿chị＿！很高興見到妳。

❻　Tôi ＿cũng＿ ＿rất＿ ＿vui＿ được gặp ＿anh＿. 我也很高興見到你。

（三）請針對不同的對象打招呼。（僅供參考）

❶ 男生 → 年輕男生

＿Chào em, anh là Cường.＿ 你好，我是強。

＿Chào anh, em là Nam.＿ 你好，我是南。

❷ 女生 → 年輕女生

＿Chào em, chị là Hà.＿ 妳好，我是荷。

＿Chào chị, em là Mai!＿ 妳好，我是梅。

❸ 男生 → 比較年長的女生

＿Chào chị, em là Hùng.＿ 妳好，我是雄。

＿Chào em, chị là Tâm.＿ 你好，我是心。

❹ 比較年長的男生 → 比較年輕的女生

Chào em, anh là Khánh.　妳好，我是慶。

Chào anh, em là Hà.　你好，我是荷。

❺ 哥哥 → 弟弟

Chào em, anh là Tuấn.　你好，我是俊。

Chào anh, em là Vũ.　你好，我是武。

❻ 姐姐 → 妹妹

Chào em, chị là Vy.　妳好，我是薇。

Chào chị, em là Lan.　妳好，我是蘭。

❼ 學生 → 男老師

Em chào thầy ạ.　老師您好。

Thầy chào em.　同學好。

❽ 學生 → 女老師

Em chào cô ạ.　老師您好。

Cô chào em.　同學好。

❾ 比較年輕的女生 → 比較年長的男生

Chào anh, em là Ngân.　你好，我是銀。

Chào em, anh là Cường.　妳好，我是強。

第一課 Bài một
第二課 Bài hai
第三課 Bài ba
第四課 Bài bốn
第五課 Bài năm
第六課 Bài sáu
第七課 Bài bảy
第八課 Bài tám
第九課 Bài chín
第十課 Bài mười
第十一課 Bài mười một
第十二課 Bài mười hai
附錄 Phụ lục

❿ 自己 → 旁邊的同學

Chào bạn, tôi là Hạo.　你好，我是浩。

Chào bạn, tôi là Dư.　你好，我是余。

⓫ 自己 → 每位同學和老師

Chào bạn, mình là Quân.　你好，我是君。

Chào bạn, mình là Nghi.　你好，我是宜。

（四）請聽 MP3，將聽到的名字依序填入空格。

| ❶ Long | ❷ Mai | ❸ Nam | ❹ Huy | ❺ Hà |
| ❻ Lan | ❼ Hương | ❽ Hải | ❾ Kiên | ❿ Vy |

Bài bảy 第七課 P91

Ⅳ LUYỆN TẬP 練習（僅供參考）

（一）請將「khỏe / bình thường / không khỏe lắm / mệt」填到空格內。

❶ Chào anh, anh có khỏe không?　你好，你身體好嗎？

　→ Cảm ơn chị, tôi　khỏe　.　謝謝妳，我身體健康。

❷ Chào chị, chị có khỏe không?　妳好，妳身體好嗎？

　→ Cảm ơn anh, tôi　bình thường　.　謝謝你，我還好。

❸ Chào bạn, bạn có khỏe không?　你好，你身體好嗎？

　→ Cảm ơn bạn, tôi　không khỏe lắm　.　謝謝你，我身體不很好。

❹ Chào ông, ông có khỏe không ạ?　爺爺好，爺爺身體好嗎？

　→ Cảm ơn cháu, ông (hơi)　mệt　.　謝謝你，爺爺（有點）累。

（二）請用下面的會話例句，問候旁邊同學的健康狀況。

A：Chào <u>bạn</u>, <u>bạn</u> có khỏe không?　你好，你身體好嗎？

B：Chào <u>bạn</u>, cảm ơn, <u>tôi</u> khỏe. Còn <u>bạn</u>?　你好，謝謝，我身體好，你呢？

A：Cảm ơn <u>bạn</u>, <u>Mình khỏe</u>.　謝謝你，我身體健康。

（三）請將下列詞句重組，使之成為正確的句子。

❶ bình thường / tôi / cũng　平常 / 我 / 也

　→ <u>Tôi cũng bình thường.</u>　我也平常。

❷ mệt / chị / rất　累 / 我 / 很

　→ <u>Chị rất mệt.</u>　我很累。

❸ bà / không / có / khỏe?　奶奶 / 不 / 有 / 健康？

　→ <u>Bà có khỏe không?</u>　奶奶好嗎？（奶奶有健康不？）

（四）請相互詢問班上同學的名字，以及他的健康狀況。

<u>Chào bạn, bạn tên là gì?</u>　你好，你名字是什麼？

<u>Mình là Nghi. Còn bạn, bạn tên là gì?</u>　我是宜。你呢，你名字是什麼？

<u>Mình là Hạo. Bạn có khỏe không?</u>　我是浩。你身體好嗎？

<u>Mình khỏe, cảm ơn bạn. Còn bạn.</u>　我健康，謝謝你，你呢？

<u>Mình cũng khỏe. Cảm ơn bạn.</u>　我也健康，謝謝你。

Bài tám 第八課 P100

Ⅳ LUYỆN TẬP 練習

（一）看圖説説，是哪裡人、什麼語言。

❶ 越南（Việt Nam）

　→ <u>Người Việt Nam</u>　越南人

　→ <u>Tiếng Việt</u>　越南語

第一課 Bài một
第二課 Bài hai
第三課 Bài ba
第四課 Bài bốn
第五課 Bài năm
第六課 Bài sáu
第七課 Bài bảy
第八課 Bài tám
第九課 Bài chín
第十課 Bài mười
第十一課 Bài mười một
第十二課 Bài mười hai
附錄 Phụ lục

❷ 臺灣（Đài Loan）

→ Người Đài Loan　臺灣人

→ Tiếng Trung / Hoa / Đài Loan　中文 / 華語 / 臺語

❸ 中國（Trung Quốc）

→ Người Trung Quốc　中國人

→ Tiếng Trung　中文

❹ 美國（Mỹ）

→ Người Mỹ　美國人

→ Tiếng Anh　英語

❺ 日本（Nhật Bản）

→ Người Nhật Bản　日本人

→ Tiếng Nhật　日語

❻ 泰國（Thái Lan）

→ Người Thái Lan　泰國人

→ Tiếng Thái　泰語

❼ 法國（Pháp）

→ Người Pháp　法國人

→ Tiếng Pháp　法語

❽ 韓國（Hàn Quốc）

→ Người Hàn Quốc　韓國人

→ Tiếng Hàn　韓語

Bài một 第一課

Bài hai 第二課

Bài ba 第三課

Bài bốn 第四課

Bài năm 第五課

Bài sáu 第六課

Bài bảy 第七課

Bài tám 第八課

Bài chín 第九課

Bài mười 第十課

Bài mười một 第十一課

Bài mười hai 第十二課

（二）請依照例句句型，試著將畫線部分用其他各種語文取代。

例句：

・Chị / Anh biết nói tiếng Trung không?　你會說中文嗎？

→ Tôi biết (một chút / nói khá /nói kém).　我會（一些些 / 很好 / 很差）。

Q: Anh chị biết nói tiếng Trung không?　你們會說中文嗎？

A: Tôi biết một chút.　我會一點。

　　Tôi nói khá.　我說得很好。

　　Tôi nói kém.　我說得很差。

（三）請聽 MP3，對的打〇，錯的打 X。

❶ 聽看看他們是哪國人：

（ 〇 ）Anh Thừa Hạo là người Đài Loan.　承浩是臺灣人。

（ X ）Chị Vivian là người Việt Nam.　薇薇安是越南人。

（ X ）Chị Mario biết nói tiếng Pháp.　馬瑞歐是法國人。

（ X ）Cô Trinh Nghi là người Thái Lan.　貞宜是泰國人。

（ 〇 ）Anh Kim là người Hàn Quốc.　金是韓國人。

（ 〇 ）Chị Michiko là người Nhật Bản.　美智子是日本人。

❷ 聽看看他們是會講什麼語言：

（ 〇 ）Anh Thừa Hạo biết nói tiếng Hoa.　承浩會說華語。

（ X ）Chị Vivian biết nói tiếng Nga.　薇薇安會說俄語。

（ X ）Chị Mario biết nói tiếng Anh.　馬瑞歐會說英語。

（ X ）Cô Trinh Nghi biết nói tiếng Hàn.　貞宜會說韓語。

（ X ）Anh Kim biết nói tiếng Thái Lan.　金會說泰語。

（ X ）Chị Michiko biết nói tiếng Việt.　美智子會說越語。

Ⅳ LUYỆN TẬP 練習

（一）請運用例句句型，並使用以下的職業名詞，來提問與回答。

・Bạn làm nghề gì? 你做什麼職業？

→ Tôi làm (là) bác sỹ. 我做（是）醫生。

・Anh làm nghề gì? 你做什麼職業？

→ Tôi làm (là) cảnh sát. 我做（是）警察。

・Bạn làm nghề gì? 你做什麼職業？

→ Tôi làm (là) sinh viên. 我做（是）大學生。

（二）請運用例句句型，並使用以上職業名詞＋「phải không」，來提問與回答。

・Anh là nhà báo phải không? 你是不是記者？

→ Phải, tôi là nhà báo. 是的，我是記者。

→ Không phải, tôi là giáo viên. 不是，我是教師。

・Anh là lái xe phải không? 你是不是駕駛？

→ Phải, tôi là lái xe . 是的，我是駕駛？

→ Không phải, tôi là nhân viên . 不是，我是人員。

・Anh là bác sỹ phải không? 你是不是醫生？

→ Phải, tôi là bác sỹ . 是的，我是醫生。

→ Không phải, tôi là luật sư . 不是，我是律師。

（三）請聽 MP3，對的打〇，錯的打 X。

（ 〇 ）Chị Trinh Nghi là giáo viên. 貞宜是教師。

（ X ）Anh Thừa Hạo là sinh viên. 承浩是大學生。

（ X ）Anh Nam là nông dân. 阿南是農夫。

（ 〇 ）Chị Đình Nghi là tiếp viên hàng không. 亭宜是空中小姐。

（ X ）Anh Việt là bác sỹ. 阿越是醫生。

Ⅳ LUYỆN TẬP 練習

（一）請將以下阿拉伯數字，改寫成越南語的數字。

❶ 3 → ba

❷ 43 → bốn mươi ba

❸ 99 → chín mươi chín

❹ 28 → hai mươi tám

❺ 64 → sáu mươi tư

❻ 95 → chín mươi lăm (nhăm)

❼ 58 → năm mươi tám

❽ 74 → bảy mươi tư

❾ 81 → tám mươi mốt

❿ 17 → mười bảy

⓫ 75 → bảy mươi lăm (nhăm)

⓬ 100 → một trăm

（三）請回答下列問題。

Q：Số điện thoại của bạn là bao nhiêu?

A：Số điện thoại của mình là không chín ba không, hai bốn chín một sáu một.

Q：Xin lỗi, bạn bao nhiêu tuổi?

A：Mình hai mươi mốt tuổi.

問：你的電話號碼是多少？

答：我的電話號碼是 0930249161。

問：對不起，你多少歲數了？

答：我 21 歲。

Ⅳ LUYỆN TẬP 練習

（一）問時間：請兩個人一組，運用例句，互相詢問時間。

❶ 12 giờ đúng / cô Hương　12 點整 / 香老師

A：<u>Cô Hương ơi, bây giờ là mấy giờ rồi ạ?</u>　香老師，現在是幾點了？

B：<u>Bây giờ là 12 giờ đúng.</u>　現在是 12 點整。

❷ 10 giờ 20 / ông　10 點 20 / 爺爺

A：<u>Ông ơi bây giờ là mấy giờ rồi ạ?</u>　爺爺，現在是幾點了？

B：<u>Bây giờ là 10 giờ 20.</u>　現在是 10 點 20。

❸ 11 giờ kém 15 / chị　差 15 分 11 點 / 大姐

A：<u>Chị ơi, mấy giờ rồi?</u>　大姐，幾點了？

B：<u>Bây giờ là 11 giờ kém 15.</u>　現在差 15 分 11 點。

❹ 7 giờ rưỡi / anh　7 點半 / 大哥

A：<u>Anh ơi mấy giờ rồi?</u>　大哥，幾點了？

B：<u>Bây giờ là 7 giờ rưỡi.</u>　現在是 7 點半。

（二）請回答下列問題。（僅供參考）

❶ Bạn thường ăn sáng lúc mấy giờ?　你通常幾點吃早餐？

　→ <u>Mình thường ăn sáng lúc 7 giờ.</u>　我通常 7 點吃早餐。

❷ Bạn thường đi học lúc mấy giờ?　你通常幾點去上學？

　→ <u>Mình thường đi học lúc 8 giờ 30.</u>　我通常 8 點 30 去上學。

❸ Bạn thường ăn trưa lúc mấy giờ?　你通常幾點吃午餐？

　→ <u>Mình thường ăn trưa lúc 12 giờ 30.</u>　我通常 12 點 30 吃午餐。

❹ Bạn thường đi thư viện lúc mấy giờ? 你通常幾點去圖書館？

→ <u>Mình thường đi thư viện lúc 3h.</u> 我通常 3 點去圖書館。

❺ Bạn thường ăn tối lúc mấy giờ? 你通常幾點吃晚餐？

→ <u>Mình thường ăn tối lúc 7 giờ.</u> 我通常 7 點吃晚餐。

❻ Bạn thường lên mạng lúc mấy giờ? 你通常幾點上網？

→ <u>Mình thường lên mạng lúc 8 giờ.</u> 我通常 8 點上網。

❼ Bạn thường đi ngủ lúc mấy giờ? 你通常幾點睡覺？

→ <u>Mình thường đi ngủ lúc 11 giờ.</u> 我通常 11 點睡覺。

（三）請描述你一天的行程。（僅供參考）

<u>Tôi thường ngủ dậy lúc 6 giờ 30, ăn sáng lúc 7 giờ, đi học lúc 8 giờ, ăn trưa lúc 12 giờ 30, đi thư viện lúc 3 giờ, ăn tối lúc 6 giờ, lên mạng lúc 7 giờ và đi ngủ lúc 10 giờ.</u>

我通常 6 點 30 起床，7 點吃早餐，8 點去上學，12 點 30 吃午餐，3 點去圖書館，6 點吃晚餐，7 點上網，以及 10 點去睡覺。

Bài mười hai 第十二課 P136

Ⅳ LUYỆN TẬP 練習

（一）請在下列空格中，填入上面表格中的家族成員。

❶ Ông Chương là <u>chồng</u> của bà Chi. 彰爺爺是枝奶奶的先生。

❷ Bà Chi là <u>vợ</u> của ông Chương. 枝奶奶是彰爺爺的太太。

❸ Anh Vỹ và anh Khang là <u>con trai</u> của ông Chương và bà Chi.

阿偉和阿康是彰爺爺和枝奶奶的兒子。

❹ Chị Như là <u>con gái</u> của ông Chương và bà Chi. 阿茹姐是彰爺爺和枝奶奶的女兒。

❺ Chị Như là <u>chị</u> của anh Vỹ và anh Khang. 阿茹姐是阿偉和阿康的姐姐。

❻ Anh Vỹ là <u>em trai</u> của chị Như và là <u>anh trai</u> của anh Khang.

阿偉是阿茹姐的弟弟，並且是阿康的哥哥。

❼ Anh Khang là <u>em trai</u> của chị Như và anh Vỹ. 阿康是阿茹姐和阿偉的弟弟。

❽ Chị Hương là <u>vợ</u> của anh Vỹ. 香姐是阿偉的太太。

❾ Anh Vỹ là <u>chồng</u> của chị Hương. 阿偉是香姐的先生。

❿ Bé Hao là <u>cháu trai</u> ông Chương và bà Chi. 小浩是彰爺爺和枝奶奶的孫子。

⓫ Bé Nghi là <u>cháu gái</u> ông Chương và bà Chi. 小宜是彰爺爺和枝奶奶的孫女。

（二）請回答下列問題。

❶ Ông Chương là ai? 彰爺爺是誰？

→ là chồng bà Chi, bố của chị Như, anh Vỹ, anh Khang, ông của cháu Hao cháu Nghi
是枝奶奶的先生，茹姐、阿偉、阿康的爸爸，小浩、小宜的爺爺

❷ Bà Chi là ai? 枝奶奶是誰？

→ là vợ ông Chương, mẹ của chị Như, anh Vỹ, anh Khang, bà của cháu Hao cháu Nghi
是彰爺爺的太太，茹姐、阿偉、阿康的媽媽，小浩、小宜的奶奶

❸ Chị Như là ai? 茹姐是誰？

→ là con gái của ông Chương bà Chi, chị của anh Vỹ anh Khang
是彰爺爺、枝奶奶的女兒，阿偉、阿康的姐姐

❹ Anh Vỹ là ai? 阿偉是誰？

→ là con trai của ông Chương bà Chi, em trai của chị Như, anh trai của anh Khang, chồng của chị Hương, bố của bé Hao bé Nghi
是彰爺爺、枝奶奶的兒子，茹姐的弟弟，阿康的哥哥，香姐的先生，小浩、小宜的爸爸

❺ Chị Hương là ai? 香姐是誰？

→ là vợ của anh Vỹ, con dâu của ông Chương bà Chi, mẹ của bé Hao bé Nghi
是阿偉的太太，彰爺爺、枝奶奶的媳婦，小浩、小宜的媽媽

❻ Anh Khang là ai?　阿康是誰？

→ là con trai của ông Chương bà Chi, là em trai của chị Như và anh Vỹ

是彰爺爺、枝奶奶的兒子，茹姐、阿偉的弟弟

❼ Bé Hao là ai?　小浩是誰？

→ là con trai của anh Vỹ chị Hương, là cháu trai của ông Chương bà Chi

是阿偉、香姐的兒子，彰爺爺、枝奶奶的孫子

❽ Bé Nghi là ai?　小宜是誰？

→ là con gái của anh Vỹ chị Hương, là cháu gái của ông Chương bà Chi

是阿偉、香姐的女兒，彰爺爺、枝奶奶的孫女

第一課 Bài một
第二課 Bài hai
第三課 Bài ba
第四課 Bài bốn
第五課 Bài năm
第六課 Bài sáu
第七課 Bài bảy
第八課 Bài tám
第九課 Bài chín
第十課 Bài mười
第十一課 Bài mười một
第十二課 Bài mười hai
附錄 Phụ lục

Phụ lục 4 附錄 4

各課單字索引

Bài sáu 第六課 P78

❶ xin chào / chào 謹問好、問好（用於分別時，意思為「再見」）

❷ tôi 我

❸ là 是

❹ rất 很

❺ vui 高興

❻ được 能夠、得

❼ gặp 碰面、遇見

❽ anh 兄、哥、先生

❾ chị 姐、小姐

❿ cũng 也

Bài bảy 第七課 P88

❶ cháu 孫、侄

❷ ạ 啊（句尾語氣詞），表示尊敬的態度，通常用於晚輩向長輩問候或回答詢問時

❸ tên 名字

❹ gì 什麼

❺ dạo này 近來

❻ có 有

❼ khỏe 健康

❽ không? 是否？

❾ bình thường 平常、一般、還好

❿ còn 那（轉折語）

⓫ cảm ơn 感恩、謝謝

第一課
Bài một
Bài hai
第二課
Bài ba
第三課
Bài bốn
第四課
Bài năm
第五課
第六課
Bài sáu
Bài bảy
第七課
Bài tám
第八課
Bài chín
第九課
Bài mười
第十課
Bài mười một
第十一課
Bài mười hai
第十二課

Bài tám 第八課 P96

❶ người　人

❷ Việt Nam　越南

❸ phải không?　是嗎？

❹ vâng　是的

❺ nước　國

❻ nào　哪、何、什麼

❼ Đài Loan　臺灣

❽ biết　知道

❾ nói　說

❿ tiếng Trung　中文

⓫ một chút　一些些

⓬ tiếng Anh　英語

⓭ khá hơn　比較好

Bài chín 第九課 P108

❶ xin　謹表示尊敬對方的語氣詞

❷ giới thiệu　介紹

❸ đây là　這是

❹ hân hạnh　榮幸

❺ giáo viên　教員

❻ làm / làm việc　做事、工作

❼ nghề / nghề nghiệp　職業

❽ bác sỹ　醫生

❾ ở　在

❿ bệnh viện　醫院（病院）

Bài mười 第十課 P116

❶ số 號碼

❷ điện thoại 電話

❸ của 的（所有格）

❹ mình – bạn 我 – 你（朋友之間稱呼）

❺ bao nhiêu 多少

❻ di động 手機

❼ không 沒有、零、嗎

❽ để 讓

❾ xem 看

❿ nhé 喔（語氣詞，讓語氣較和緩）

Bài mười một 第十一課 P124

❶ giờ 時、點

❷ phút 分

❸ giây 秒

❹ rồi 了（表完成式）

❺ bây giờ 現在

❻ thế 這樣、那麼

❼ đi học 上學

❽ lúc 在（時間）、那時、時候

❾ chiều 下午

❿ cùng 一起

⓫ khoảng 大約、大概

Bài mười hai 第十二課 P133

❶ ôi 感嘆詞

❷ gia đình – nhà 家庭－家

❸ thật 真（的）

❹ đông / đông người 很多的樣子、擁擠（人很多）

❺ ai 誰（Ai thế? / Ai đấy? 誰啊）

❻ bố / ba 爸爸（北／南越用語）

❼ mẹ / má 媽媽（北／南越用語）

❽ em gái 妹妹

❾ sinh đôi 雙胞胎

❿ dễ thương 可愛

⓫ mấy – bao nhiêu 幾－多少（10 以下的數字用「mấy」，10 以上的數字用「bao nhiêu」）

⓬ tuổi 年齡

⓭ đã – đang – sẽ 已經－正在－將會

⓮ ảnh / hình 照片

Tham khảo 參考書目

01. http://zh-yue.wikipedia.org/wiki/%E8%B6%8A%E5%8D%97%E8%AA%9E%E8%81%B2%E9%9F%BB

02. Nguyễn Việt Hương, Thực hành tiếng Việt dành cho người nước ngoài quyển 1 –Nhà xuất bản Đại học Quốc gia. Hà nội 1996

03. Vũ Văn Thi. Tiếng Việt cơ sở. Đại học Quốc gia Hà nội. Trường Đại học khoa học xã hội và nhân văn. Khoa Việt Nam học. Nhà xuất bản Đại học Quốc gia Hà nội 2011

04. Nguyễn Văn Huệ chủ biên. Giáo trình tiếng Việt cho người nước ngoài. Quyển 1 Nhà xuất bản Đại học Quốc gia. TP Hồ Chí Minh. 2010

05. Cao Xuân Hạo. Tiếng Việt, mấy vấn đề ngữ âm, ngữ pháp, ngữ nghĩa. Nhà xuất bản Giáo dục. 1998.

06. http://zh-yue.wikipedia.org/wiki/%E8%B6%8A%E5%8D%97%E8%AA%9E%E8%81%B2%E9%9F%BB

07. 越南語詞彙分類學習小詞典（漢越英對照越漢詞彙表）北京語言大學出版社

08. Từ điển thành ngữ và tục ngữ Việt Nam. Nhà xuất bản văn hóa. Hà nội. 1995

09. Từ điển tiếng Việt. Vietlex. Nhà xuất bản Đà nẵng. Trung tâm từ điển học. 2007

10. THOMPSON, Lawrence C. 1987 A Vietnamese reference grammar (Previously published as Mon-Khmer Studies XIII-XIV ed.). Honolulu,University of Hawaiii Press

11. Đỗ Thông Minh Tiêng Việt mến yêu
http://www.scribd.com/doc/12193550/Tieng-Viet-Men-Yeu-1
http://www.saigonbao.com/tailieu/DTM/Tieng_Viet_Men_Yeu_2.doc

12. GS. Nguyễn Hưng Quốc. Có nên sử dụng phương pháp đánh vần để dạy tiếng Việt hay không? http://chuvietnhanh.sourceforge.net/CoNenSuDungPhuongPhapDanhVanDeDay-TiengVietHayKhong.htm

13. Đoàn Thiện Thuật. Ngữ âm tiếng Việt. Nhà xuất bản Đại học và Trung học chuyên nghiệp. Hà nội. 1980

14. 感謝兩位學生：李孟璋（政治大學語言研究所碩士）、蔡子培（高雄師範大學特殊教育學系，聽力學與語言治療碩士班研究生）在注音符號部分的協助。

Memo

國家圖書館出版品預行編目資料

大家的越南語 初級 1 QR Code 版 / 阮蓮香著
-- 二版 -- 臺北市：瑞蘭國際, 2019.12
176 面；19 × 26 公分 --（外語學習系列；70）
ISBN：978-957-9138-55-0（第 1 冊：平裝）
1. 越南語 2. 讀本
803.798   108020063

外語學習系列 70

大家的越南語 初級1 QR Code版

作者｜阮蓮香
責任編輯｜葉仲芸、王愿琦‧校對｜阮蓮香、吳志偉、葉仲芸、王愿琦

越南語錄音｜阮蓮香、Nguyễn Thanh Chương‧中文錄音｜紀珊、葉仲芸
錄音室｜采漾錄音製作有限公司
封面設計｜劉麗雪、余佳憓‧版型設計｜劉麗雪‧內文排版｜劉麗雪、余佳憓
插畫繪製｜吳晨華、余佳憓‧成語、俗語、歌謠插畫繪製｜Bùi Huy Quang 畫家

瑞蘭國際出版
董事長｜張暖彗‧社長兼總編輯｜王愿琦

編輯部
副總編輯｜葉仲芸‧副主編｜潘治婷‧副主編｜鄧元婷
設計部主任｜陳如琪

業務部
副理｜楊米琪‧組長｜林湲洵‧組長｜張毓庭

出版社｜瑞蘭國際有限公司‧地址｜台北市大安區安和路一段 104 號 7 樓之 1
電話｜(02)2700-4625‧傳真｜(02)2700-4622‧訂購專線｜(02)2700-4625
劃撥帳號｜19914152 瑞蘭國際有限公司
瑞蘭國際網路書城｜www.genki-japan.com.tw

法律顧問｜海灣國際法律事務所　呂錦峯律師

總經銷｜聯合發行股份有限公司‧電話｜(02)2917-8022、2917-8042
傳真｜(02)2915-6275、2915-7212‧印刷｜科億印刷股份有限公司
出版日期｜2019 年 12 月初版 1 刷‧定價｜380 元‧ISBN｜978-957-9138-55-0
　　　　　2021 年 09 月二版 1 刷